ഗ്രീൻ ബുക്സ്

മലയാളത്തിന്റെ പ്രിയകവിതകൾ

വൈലോപ്പിള്ളിൽ ശ്രീധരമേനോൻ

കവി, അധ്യാപകൻ.
1911ൽ എറണാകുളം ജില്ലയിലെ കലൂരിൽ ജനനം.
അച്ഛൻ: ചേരാനെല്ലൂർ കൊച്ചുകുട്ടൻ കർത്താവ്.
അമ്മ: വൈലോപ്പിള്ളിൽ കളപ്പുരയ്ക്കൽ നാണിക്കുട്ടിയമ്മ.
വിദ്യാഭ്യാസം: കാരപ്പറമ്പ് സ്കൂൾ, സെന്റ് ആൽബർട്ട്സ് ഹൈസ്കൂൾ, മഹാരാജാസ് കോളേജ്, എറണാകുളം. സസ്യശാസ്ത്രത്തിൽ ബിരുദം. 1931 മുതൽ ഹൈസ്കൂൾ അധ്യാപകനായി കേരളത്തിലെ വിവിധ കലാലയങ്ങളിൽ ജോലി ചെയ്തു. 1966ൽ ഹെഡ്മാസ്റ്ററായി റിട്ടയർ ചെയ്തു. 1956ൽ തൃശൂർ നെല്ലങ്കര താറ്റാട്ട് വീട്ടിൽ ഭാനുമതിയമ്മയെ വിവാഹം ചെയ്തു.
മക്കൾ: ഡോ. ടി. ശ്രീകുമാർ, ഡോ. ടി. വിജയകുമാർ.
സമസ്ത കേരള സാഹിത്യ പരിഷത്തുമായി പത്ത് വർഷത്തെ ബന്ധം. പുരോഗമന കലാസാഹിത്യ സംഘം പ്രഥമ പ്രസിഡന്റ്. 1951ലും 1959ലും മലയാളത്തിന്റെ പ്രതിനിധിയായി ഡൽഹി ഭാഷാ സമ്മേളനത്തിലും കവി സമ്മേളനത്തിലും പങ്കെടുത്തു. തൃപ്പൂണിത്തുറനിന്ന് 'സാഹിത്യനിപുണൻ' ബഹുമതി. സോവിയറ്റ് ലാന്റ് നെഹ്റു അവാർഡ്, കേന്ദ്ര-കേരള സാഹിത്യ അക്കാദമി അവാർഡ്, മദ്രാസ് ഗവൺമെന്റ് അവാർഡ്, വയലാർ അവാർഡ്, ആശാൻ പ്രൈസ്, എം.പി. പോൾ പ്രൈസ്, കല്യാണി കൃഷ്ണമേനോൻ പ്രൈസ് തുടങ്ങിയ പുരസ്കാരങ്ങൾ. 1968-71ൽ കേരള സാഹിത്യ അക്കാദമി അംഗം. 1985 ഡിസംബർ 22ന് അന്തരിച്ചു.
കൃതികൾ: *കന്നിക്കൊയ്ത്ത്, ശ്രീരേഖ, കുടിയൊഴിക്കൽ, ഓണപ്പാട്ടുകാർ, കുന്നിമണികൾ, വിത്തും കൈക്കോട്ടും, ഋഷ്യശൃംഗനും അലക്സാണ്ടറും, കടൽക്കാക്കകൾ, കുരുവികൾ, കയ്പവല്ലരി, വിട, മകരക്കൊയ്ത്ത്, മിന്നാമിന്നി, പച്ചക്കുതിര, വൈലോപ്പിള്ളി കവിതകൾ, മുകുളമാല, കൃഷ്ണമൃഗങ്ങൾ, ചരിത്രത്തിലെ ചാരുദൃശ്യം, അന്തി ചായുന്നു, കാവ്യലോക സ്മരണകൾ.*

കവിത

മലയാളത്തിന്റെ
പ്രിയകവിതകൾ

വൈലോപ്പിള്ളി

ഗ്രീൻ ബുക്സ്

green books private limited
little road, ayyanthole, thrissur- 680 003
ph: 0487-2361038
website: www.greenbooksindia.com
e-mail: info@greenbooksindia.com

(malayalam)
malayalathinte priyakavithakal
(poems)
by
vyloppillil sreedharamenon

first published november 2006
reprinted february 2014
copyright reserved

cover design : godfreydas

printed in india
repro knowledgecast limited, thane

branches:
thrissur 0487-2422515
palakkad 0491-2546162
kannur 0497-2763038

isbn : 81-8423-050-8

---

no part of this publication may be reproduced, or transmitted in any form or by any means, without prior written permission of the publisher

മുഖക്കുറി

മലയാള കവിതയിലെ യുഗപരിവർത്തനത്തിനു നാന്ദി കുറിച്ച കവിയാണ് വൈലോപ്പിള്ളി ശ്രീധരമേനോൻ. പുതുയുഗചേതനയെപ്പറ്റി യുക്തിപൂർവ്വം ചിന്തിക്കുകയും ചിന്തയെ വൈകാരികാനുഭൂതിയിൽ ലയിപ്പിക്കുകയും ചെയ്തു അദ്ദേഹം. വിപ്ലവത്തെക്കുറിച്ചുള്ള സർഗ്ഗാത്മക ചിന്തനങ്ങളിലൂടെ അനുവാചകന്റെ അനുഭൂതിമണ്ഡലത്തെ അദ്ദേഹം നവീകരിച്ചു. സാമൂഹിക പ്രതിബദ്ധത വൈലോപ്പിള്ളിക്കവിതയുടെ ശക്തിയും സൗന്ദര്യവുമാണ്. മർദ്ദിതവർഗ്ഗം ഒരു ധീരനൂതന ലോകം കെട്ടിപ്പടുക്കുമെന്ന് അദ്ദേഹം ഉറച്ചു വിശ്വസിച്ചു. പൗരുഷത്തിന്റെയും കർമ്മോത്സാഹത്തിന്റെയും അന്തിമവിജയത്തിന് ആ കവിതകൾ അടിവരയിട്ടു. 'മേല്നിലകീഴ്നിലയിടനിലയെല്ലാം പോയ്' നിലകൊള്ളുന്ന ഒരു സമുദായവ്യവസ്ഥിതി വൈലോപ്പിള്ളിയുടെ സ്വപ്നമായിരുന്നു. സത്യം, സ്നേഹം, കാരുണ്യം തുടങ്ങിയ മൂല്യങ്ങൾക്കു അധീശത്വമുള്ള സമുദായ വ്യവസ്ഥിതി.

മാനവമഹത്ത്വത്തെ ഉദീരണം ചെയ്യുന്ന വൈലോപ്പിള്ളിക്കവിതകളിൽ നിന്ന് തെരഞ്ഞെടുത്ത 32 കവിതകളാണ് ഈ സമാഹാരത്തിലെ ഉള്ളടക്കം. വൈലോപ്പിള്ളിയുടെ 'ദി ബെസ്റ്റ്' എന്നു വിശേഷിപ്പിക്കാവുന്ന ഇവയെ ഈ സമാഹാരത്തിലേക്കു നിർദ്ദേശിച്ചത് മലയാളത്തിന്റെ പ്രിയകവി പ്രൊഫ. ഒ.എൻ.വി. കുറുപ്പാണ്. കവിതകൾ നിർദ്ദേശിക്കുക മാത്രമല്ല ശ്രേഷ്ഠമായ അവതാരികയിലൂടെ ഈ സമാഹാരത്തെ സമ്പന്നമാക്കുകയും ചെയ്തു അദ്ദേഹം. സമകാല ജീവിതത്തോടു സംവദിക്കുന്ന ഈ കവിതകൾ സാമൂഹികാസമത്വത്തിന്നെതിരായുള്ള പോരാട്ടത്തിൽ അണയാത്ത ഊർജ്ജവും ഇന്ധനവുമായിരിക്കും.

കൃഷ്ണദാസ്
മാനേജിങ് എഡിറ്റർ

ഉള്ളടക്കം

അവതാരിക

വായിച്ചുതീരാത്ത കവിത ... 09
ഒ.എൻ.വി.

കവിതകൾ

കന്നിക്കൊയ്ത്ത്	21
മാമ്പഴം	27
അരിയില്ലാഞ്ഞിട്ട്	31
സഹ്യന്റെ മകൻ	33
ആസ്സാംപണിക്കാർ	44
പന്തങ്ങൾ	49
ഊഞ്ഞാലിൽ	52
പടക്കളത്തിലെ പൂമ്പാറ്റ	57
മലതുരക്കൽ	60
ഓണപ്പാട്ടുകാർ	64
കൊറിയയിൽ, സീയൂളിൽ	69
പെണ്ണും പുലിയും	73
സർപ്പക്കാട്	82
ഓർമ്മകൾ	88
കവിയും സൗന്ദര്യബോധവും	91
എന്റെ ഗ്രാമം	93
കേരളത്തിലെ യഹൂദർ ഇസ്രായേലിലേക്ക്	96
കടൽക്കാക്കകൾ	102
യുഗപരിവർത്തനം	109
കൃഷ്ണാഷ്ടമി	115
കണ്ണീർപ്പാടം	124
കത്തിയും മുരളിയും	134
ലില്ലിപ്പൂക്കൾ	138
ഇരുളിൽ	142
ഗന്ധർവ്വബാലന്മാർ	147
തച്ചന്റെ മകൻ	150
പരിണാമഗാഥ	157
കയ്പവല്ലരി	160
ഉജ്ജ്വലമുഹൂർത്തം	163
സുൽത്താനും കവിയും	168
സാവിത്രി	171
ചീവീടുകളുടെ പാട്ട്	179

അനുബന്ധം

ദേവത്വത്തിന്റെ ആഭരണം	185
വൈലോപ്പിള്ളി	

അവതാരിക

വായിച്ചു തീരാത്ത കവിത

ഒ.എൻ.വി.

"രാജാവ് അന്തരിച്ചു; രാജാവ് നീണാൾ വാഴട്ടെ!" എന്ന ചൊല്ല് ഇവിടെ അന്വർത്ഥമാവുന്നത് അനശ്വരയശസ്വികളായ കവികളുടെ കാര്യത്തിലാണ്. അക്കൂട്ടത്തിലാണ് വൈലോപ്പിള്ളി ശ്രീധരമേനോൻ. 1985 ലാണ് അദ്ദേഹത്തിന്റെ ഭൗതികജീവിതമവസാനിച്ചത്. രണ്ടു പതിറ്റാണ്ടിലേറെ കഴിഞ്ഞിരിക്കുന്നു. വൈലോപ്പിള്ളിക്കവിത ഇന്നും നമ്മുടെ സാംസ്കാരിക ജീവിതത്തെ ധന്യമാക്കിക്കൊണ്ട് ഇവിടെയുണ്ട് - പ്രസക്തിയും പ്രാധാന്യവും ഏറി വരുന്ന നിലയിൽത്തന്നെ. അതൊരു കവിയുടെ മരണാനന്തര ജീവിതത്തിന്റെ ധന്യതയാണ്. വൈലോപ്പിള്ളിയുടെ ചരമത്തിനു ശേഷം 'സമ്പൂർണ്ണകൃതികൾ' കൂടാതെ, തെരഞ്ഞെടുത്ത കവിതാസമാഹാരങ്ങൾ തന്നെ പലതുണ്ടായി. ഇനിയും ഉണ്ടാവും. ഒരർത്ഥത്തിൽ അവ ഇനിയും വായിച്ചു തീരാത്ത കവിതകളാണ്. കാലം ഏറ്റുവാങ്ങിയ ആ കവിതകളിൽ നിന്നു തെരഞ്ഞെടുത്ത പുതിയൊരു സമാഹാരമാണിത്. 'കന്നിക്കൊയ്ത്ത്' മുതൽ 'മകരക്കൊയ്ത്ത്' വരെയുള്ള ഒരു നീണ്ട ജീവിതയാത്രയെ അടയാളപ്പെടുത്തുന്ന നാഴികക്കല്ലുകൾ പലതുണ്ട്. എത്രയെത്ര എണ്ണപ്പെട്ട കൃതികൾ! ചില ലഘു കൃതികൾ പോലും മാറ്റിനിർത്താൻ വിഷമമുണ്ടാക്കുന്നു. ഉദാ: "അരിയില്ലാഞ്ഞിട്ട്", "കവിയും സൗന്ദര്യബോധവും". വൈലോപ്പിള്ളിക്കവിതയിലെ മുത്തുകൾ തന്നെയാണവ. തന്റെ കന്നിക്കൊയ്ത്തിൽത്തന്നെ പതിരില്ലാത്ത, കതിർക്കനമുള്ള കറ്റകൾ മാത്രം കാഴ്ച വച്ച ആ കാവ്യകർഷകന്റെ വിളവെടുപ്പിന്റെ സമൃദ്ധിയെപ്പറ്റി പുതിയ വായനക്കാരന് സമഗ്രമായൊരവബോധമുണ്ടാവാൻ ഈ സമാഹാരമുപകരിച്ചെങ്കിൽ എന്നുമാത്രമാശിക്കുന്നു.

"ശ്രീ" എന്ന തൂലികാനാമത്തിലാണ് ആദ്യകാലത്ത് വൈലോപ്പിള്ളി ശ്രീധരമേനോൻ എന്ന കവി അറിയപ്പെട്ടത്. "ശ്രീരേഖ" എന്നാണ് അദ്ദേഹത്തിന്റെ ഒരു കവിതാസമാഹാരത്തിന്റെ പേരുപോലും.

"മലയാള കവിതയിലെ യുഗപരിവർത്തനത്തിന് "ഹരിഃശ്രീ" കുറിച്ച കവിനാദങ്ങളിൽ 'ശ്രീ' തന്നെയാണദ്ദേഹ"മെന്ന ഡോ. എം. ലീലാവതിയുടെ അഭിപ്രായമനുസ്മരിച്ചുകൊണ്ട് പറയട്ടെ- "കന്നിക്കൊയ്ത്ത്", വൈലോപ്പിള്ളി മലയാളകവിതയുടെ നെറ്റിയിൽ ചാർത്തിയ ആദ്യത്തെ ശ്രീതിലകമാണ്. വൈലോപ്പിള്ളിയുടെ ജീവിത ദർശനത്തിന്റെ സൗന്ദര്യാത്മകമായ ആദിസ്ഫുരണമതിലുണ്ട്. പിൽക്കാലത്തെഴുതിയ ഓരോ കവിതയിലും അതിന്റെ ക്രമികമായ വികാസമുണ്ട്. അതിന്റെ പരമശോഭയിലേക്കുള്ള പ്രയാണമാണ് ആ സർഗ്ഗ സപര്യയാകെത്തന്നെ. ആരും ഒരു നദിയിലൊന്നിലധികം തവണ മുങ്ങുന്നില്ല എന്നത് ജീവിതനദിയെ സംബന്ധിച്ചും നേരാണ്. ഓരോ നിമിഷവും മുന്നിൽ കാണുന്ന നീരൊഴുകി നീങ്ങുന്നു. പിന്നാലെ പിന്നാലെ പുതിയ നീരൊഴുക്ക് വന്നുപോകുന്നു. വാഴ്‌വിന്റെ വയലേലകളിലും വിതയും കൊയ്ത്തും തലമുറകളിലൂടെ ആവർത്തിച്ചുകൊണ്ടിരിക്കുന്നു. ഇന്നത്തെ കൊയ്ത്തുകാരെ മരണം കവർന്നു കൊണ്ടുപോയാലും പുതിയ വിതയേറ്റാനും, വിള കൊയ്യാനും പുതിയ കൊയ്ത്തുകാർ വരുന്നു. ഈ സത്യം സൗന്ദര്യാത്മകമായി ആവിഷ്കരിച്ചിട്ട്, കവി ചോദിക്കുന്നു, നമ്മെക്കൊണ്ട് ചോദിപ്പിക്കുകയും ചെയ്യുന്നു:

"ഹാ! വിജിഗീഷു മൃത്യുവിന്നാമോ,
ജീവിതത്തിൻ കൊടിപ്പടം താഴ്ത്താൻ?"

ശുഭാപ്തിവിശ്വാസദീപ്തമായ ഈ വിശ്വാസം തുടർന്നുള്ള കവിതകളിൽ അനുക്രമവികസ്വരഭാസുരമായിത്തീരുന്നു. "മർത്ത്യചരിത്രം മിന്നലിലെഴുതുന്ന പന്തങ്ങളിലും" ഈ ദർശനമുണ്ട്. മനുഷ്യവംശ മഹാപുരോഗതിയുടെ ബൃഹത്തായ ചരിത്രത്തിന്റെ തിരനോട്ടമായ 'ഓണപ്പാട്ടുകാരി'ൽ ഈ ദർശനം പ്രഫുല്ലശോഭമാവുന്നു. "പോയതിൽ നിന്നിനിയെന്നോ വിരിയുന്നായതിലേക്ക്" കുതിക്കുന്ന ഓണപ്പാട്ടുകാരുടെ ഭാസുരചിന്താസങ്കല്പങ്ങൾ കാലത്രയത്തെ ഒന്നിച്ചിണക്കിപ്പാടുന്ന പാട്ടും, കന്നിക്കൊയ്ത്തിൽ പരാമർശിക്കുന്ന "ഏകജീവിതാ നശ്വരഗാനം" തന്നെയാണ്.

'പഥേർ പാഞ്ചാലി'യിലെ ദുർഗ്ഗ എന്ന പെൺകിടാവിന്, അയലത്തെ തൊടിയിൽ നിന്നൊരു പഴുത്ത പേരയ്ക്ക എടുത്തു തിന്നതിന് അമ്മയുടെ കൈയിൽ നിന്ന് തല്ലും ശകാരവും കിട്ടുന്നതും, പിന്നെ അകാലത്തിൽ ദുർഗ്ഗയെ മരണം അപഹരിച്ചപ്പോൾ ആ കുടുംബമാകെ തീരാദുഃഖത്തിൽ മുഴുകുന്നതും മറ്റും ആ ചലച്ചിത്രത്തിലാദ്യമായി കണ്ടപ്പോൾ, ഞാൻ വൈലോപ്പിള്ളിയുടെ 'മാമ്പഴ'ത്തിലെ സമാനമായ

ആ ദുരന്ത ദുഃഖമോർത്തിരുന്നുപോയി. വെറും ഒരു മാമ്പഴംകൊണ്ട് മലയാള മനസ്സിനാകെ മധുരം പകർന്ന കവി എന്നു വൈലോപ്പിള്ളി വിശേഷിപ്പിക്കപ്പെട്ടതിലത്ഭുതമില്ല.

വൈലോപ്പിള്ളി, ചന്ദ്രന്റെ ചിരിയായ നിലാവിനെക്കണ്ട് ആഹ്ലാദിക്കു മ്പോഴും, അതിന്റെ മറുഭാഗത്തുണ്ടാകാവുന്ന കരിനിഴൽപ്പാടുകളെ ക്കുറിച്ചു സങ്കല്പിക്കുകയും, അതിൽ വ്യാകുലനാവുകയും ചെയ്യുന്നു. ഏതിന്റെയും മറുപുറം കൂടി കണ്ടറിഞ്ഞാലേ സത്യത്തിന്റെ ദർശനം പൂർത്തിയാവൂ. ആ വിശ്വാസം അസുഖകരമായ അനുഭവങ്ങളിലേക്കു നയിച്ചെന്നു വരാം. എന്നാലും, വൈലോപ്പിള്ളി സത്യത്തിന്റെ സമഗ്ര ദർശനം തേടുന്നു. എന്തിനെപ്പറ്റിയും പുകഴ്ത്തിയും ഇകഴ്ത്തിയും മാറിമാറിപ്പറയുന്ന ചപലമോ ചഞ്ചലമോ ആയ കാല്പനികസ്വഭാവ ത്തിന്റെ മറുദിശയിലായിരുന്നു വൈലോപ്പിള്ളി. സ്വന്തം ഭർത്താ വിനെ ഉപേക്ഷിച്ച് തന്റെ അമ്മ മറ്റൊരാളെ വേൾക്കുകയുണ്ടായെന്ന സത്യം എത്ര കയ്പുറ്റതായാലും, വേദനിപ്പിക്കുന്നതായാലും കവി അതുമായി പൊരുത്തപ്പെടുന്നു.

> "ശോകമൂകനായച്ഛനക്കാലത്തിറങ്ങിപ്പോയ്;
> സ്വീകരിച്ചിതെന്നമ്മ മറ്റൊരുത്തനെ ക്രമാൽ."

(ആ "മറ്റൊരുത്തനെ" എന്ന പ്രയോഗത്തിലെ അനാദരവ് ശ്രദ്ധേയം.) കവി കലാലയം വിട്ടുപോരുമ്പോൾ

> "പഴവുമുപ്പേരിയും തൻപരാതിയുമായി
> വഴിയിൽ കാത്തേ നിന്നൂ വാത്സല്യനീതൻ താതൻ."

ജീവിച്ചിരിക്കണോ, മരിക്കണമോ എന്നുപോലും തോന്നിപ്പോയ ആ സന്നിഗ്ദ്ധസന്ധിയിൽ "തകരായ്കയി ചിത്തം... പൊറുത്താലുമീ ദുഃഖം" എന്നുപദേശിക്കുന്ന സാവിത്രി - പുരാണത്തിൽ നിന്ന് തന്റെ ചേതനയുമായി സാത്മ്യം പ്രാപിച്ച്, ആപൽസന്ധിയിൽ കൈപിടിച്ച് തന്നെ ജീവിതത്തിലേക്ക് ആനയിക്കുന്ന സാവിത്രി - സത്യമോ, സങ്കല്പമോ?- ഈ ചോദ്യത്തെ അപ്രസക്തമാക്കിക്കൊണ്ട് സാവിത്രി ഈ കവിതയിൽ നിറഞ്ഞു നില്ക്കുന്നു. സ്ത്രീത്വത്തിന്റെ താമസവും സാത്വികവുമായ മുഖങ്ങൾ വൈലോപ്പിള്ളി തികഞ്ഞ സംയമന ത്തോടെ വരച്ചു കാട്ടുന്നു.

അത്രിപത്നിയായ അനസൂയ ആശ്രമവാടത്തിലെത്തിയ സീതയെ അംഗരാഗവും ആടയാഭരണങ്ങളുമൊക്കെ നൽകി സൽക്കരിച്ചിട്ട്, ഒരു സ്വകാര്യമോഹം പ്രകടിപ്പിക്കുന്നു - പണ്ട് സ്വയംവരപ്പന്തലി ലേയ്ക്കാനയിക്കപ്പെട്ട മുഹൂർത്തത്തിലെ നവവധൂ വേഷത്തിൽ

സീതയെ തനിക്കു കാണണമെന്ന്! ചിരകാലവ്രതകാർക്കശ്യം കൊണ്ടൊന്നും വറ്റിപ്പോകുന്നതല്ലാ മാതൃവാത്സല്യമെന്ന മഹനീയ സത്യമാണ് വൈലോപ്പിള്ളി ''ഉജ്ജ്വലമുഹൂർത്ത''ത്തിലൂടെ ആവിഷ്കരിക്കുന്നത്. കവിയുടെ സർഗ്ഗസപര്യയിലെ ഒരു സമുജ്ജ്വല മുഹൂർത്തത്തിൽ പിറന്ന കവിതയത്രേ ഉജ്ജ്വലമുഹൂർത്തം.

വൈലോപ്പിള്ളിക്കു ശാസ്ത്രബോധവും, ചരിത്രബോധവും, സൗന്ദര്യ ബോധവും പരസ്പരപൂരകങ്ങളാണ്. കലകളെയും മാനവിക വിഷയ ങ്ങളെയും ആസ്പദമാക്കിയുള്ള സംസ്കാരവും, ശാസ്ത്രസാങ്കേതിക വിഷയങ്ങളിലധിഷ്ഠിതമായ സംസ്കാരവും, വലിയൊരു വിടവ് സൃഷ്ടിച്ചുകൊണ്ട് തമ്മിലകന്നുപോകുന്നു എന്നു നിരീക്ഷിച്ച സി.പി. സ്നോ പോലും, സംഗീതത്തിന് 'ശാപമോക്ഷം' നൽകിയിട്ടുണ്ട്. കാരണമുണ്ട്: സംഗീതമെന്നത് 'അല്പം കാറ്റും അല്പം കണക്കു' മാണല്ലോ! അങ്ങനെ ഗണിതശാസ്ത്രത്തിന്റെ പൊയ്ക്കാലിന്മേൽ വേണം സംഗീതകലയുടെ അതിജീവനം! എന്നാൽ വൈലോ പ്പിള്ളിയുടെ കവിഭാവനയെ ശാസ്ത്രം പോറലേല്പിച്ചില്ലെന്നല്ല, കൂടുതൽ നിശിതമാക്കുക കൂടി ചെയ്തിട്ടുണ്ട്. ഡോ. സോമർ വെല്ലിനെപ്പോലെ വിശ്രുതനായൊരു സർജൻ, ഒരു ജീവനെ രക്ഷിക്കാനായിട്ടായാലും തന്റെ കത്തി മൂലം ഒരു പാവം മനുഷ്യ നുണ്ടായ വേദനയെ മുരളീനാദത്തിലൂടെ പൊറുപ്പിക്കുന്ന കഥ വെറുതേ പറയുകയല്ല, കലയെയും ശാസ്ത്രത്തെയും സമന്വയി ക്കുന്ന ഒരു വീക്ഷണമതിലുണ്ട്.

"കത്തിയാൽ, മരുന്നിനാൽ,
മാറാത്ത നോവും മാറ്റാ-
നൊത്തിടാമൊരുൽകൃഷ്ട-
ഭാവഹർഷത്താൽ മാത്രം!

ഈ കവി വിദൂരസ്ഥലകാലങ്ങൾ താണ്ടി മനുഷ്യരാശിയോടൊപ്പം മനഃസഞ്ചാരം നടത്തിയിട്ടുണ്ട്. 'കൊറിയയിൽ, സീയൂളിൽ', 'ഇരുളിൽ' എന്നീ കവിതകൾ യഥാക്രമം കൊറിയയുടെയും ആഫ്രിക്കയുടെയും വിമോചനപ്പോരാട്ടങ്ങളിൽ ധീരസാഹസികമായി ആത്മബലിയർപ്പിച്ച വരുടെയടുത്തേക്കു നമ്മെ കൊണ്ടുപോകുന്നു. സീയൂളിലെ അഭിമാനിനിയായ ആ തമ്പിയിലൂടെയും, ആഫ്രിക്കയിലെ പാട്രിസ് ലുമുംബയിലൂടെയും മോചനത്തിന്റെ ബലിക്കല്ലിലർപ്പിക്കപ്പെട്ട മനുഷ്യജന്മങ്ങളെയാകെ കവി ഓർമ്മിപ്പിക്കുന്നു. വെടിയുണ്ടയ്ക്കിര യാവുന്നതിനു തൊട്ടുമുമ്പ് ആ കൊറിയൻ വധു പാടുന്ന പ്രേമഗാനം ഏതു രാജ്യത്തെയും ധീരോദാത്തമായ സ്വാതന്ത്ര്യാഭിമാനത്തിന്റെ

ഗാനമാണ്. വൈലോപ്പിള്ളിക്ക് ചരിത്രത്തിലെ ചാരുദൃശ്യങ്ങളിലൊന്നാണ് കാറ്റിൽ കരിയില പോലെമ്പാടും പാറിയലഞ്ഞ യഹൂദർക്കു കേരളം ഒരുക്കിക്കൊടുത്ത ആവാസസ്ഥാനം.

പണ്ടു പിതൃഭൂവിൽനിന്നും
        പുറംതള്ളപ്പെട്ടു പുകഴ്-
ക്കൊണ്ടൊരു സംസ്കാരത്തിന്റെ
        വാണിഭമേറ്റി,
കാറ്റുകൾക്കു കളിപ്പാട്ട-
        മായ പായക്കപ്പലേറി,
കാവൽ നിൽക്കും താരകൾ തൻ
        സൂചന നോക്കി"

തങ്ങളുടെ പൂർവികർ വന്നണഞ്ഞ 'കറുത്ത പൊന്ന് കാക്കുന്ന' കേരളത്തോട് ഇവിടത്തെ യഹൂദർ പറയുന്ന യാത്രാമൊഴിയിൽ, സൗഹൃദത്തിന്റെയും സഹിഷ്ണുതയുടെയും, സന്മനോഭാവത്തിന്റെയും സംഗീതമുണ്ട്. ജ്ഞാനി പറഞ്ഞതും, കവി ഉദ്ധരിക്കുന്നതുമായ

"നീളെയുണ്ടാം പല ശൈല-
        കൂടമെല്ലാം യഹോവായിൽ
നീല നിലയങ്കിയിലേ
        ചെന്നു മുത്തുന്നു"

എന്ന സത്യമുണ്ടല്ലോ, അതിന്നു ചവുട്ടിയരക്കപ്പെടുന്നു എന്നത് മറ്റൊരു സത്യം! പുരാതന റോമിലെ അങ്കത്തട്ടുകളിൽ, വിശക്കുന്ന സിംഹങ്ങൾക്കു മുന്നിലേക്കെറിയപ്പെട്ട യഹൂദന്റെ നിലവിളി ചരിത്രത്തിന്റെ അകഗുഹകളിൽനിന്ന് ഇന്നും മുഴങ്ങുന്നു. ഹിറ്റ്ലറുടെ ഗ്യാസ് ചേമ്പറിൽ നിന്ന് അതേ നിലവിളി കഴിഞ്ഞ നൂറ്റാണ്ടിൽ നാം കേട്ടതാണ്. ആൻഫ്റാങ്ക് എന്ന യഹൂദബാലിക അവളുടെ നിഷ്കളങ്കമായ ഡയറിക്കുറിപ്പുകളിലൂടെ നമ്മെയും കരയിച്ചിട്ടില്ലേ? പക്ഷേ, ഇന്ന് യഹൂദ ഭരണാധികാരികളുടെ പീഡനത്തിനു വിധേയമായ മനുഷ്യജന്മങ്ങളുടെ നിലവിളി പലസ്തീനിൽ നിന്നുയരുമ്പോൾ, ചരിത്രം ഒരു പെരുമ്പാമ്പിനെപ്പോലെ വളഞ്ഞും പുളഞ്ഞുമിഴയുകയാണെന്ന് നമുക്കു തോന്നിയേക്കാം. വിട വാങ്ങുന്ന ജൂതരുടെ സ്വഗതാഖ്യാനമായ ഈ കവിത വായിക്കുന്ന ഏതു കേരളീയനുമഭിമാനത്തോടെ ഓർക്കാം- നമ്മുടെ മണ്ണ് ജൂതനും അറബിക്കും 'സോദരത്വേന വാഴുന്ന മാതൃകാസ്ഥാന' മാണൊരുക്കിയതെന്ന്.

"മനസ്സിലെന്നുമുണ്ടാവട്ടെ" എന്നു കവി ആശിച്ച ഇത്തിരി കൊന്നപ്പൂവും, പിന്നെ, തുമ്പയും മുക്കുറ്റിയും പൂക്കൈതയും കാശിത്തുമ്പയും

പിച്ചിപ്പൂവുമെല്ലാം നിറഞ്ഞ തോട്ടത്തിലാണ് വൈലോപ്പിള്ളിയുടെ കവി ഭാവന വിഹരിക്കുന്നത്- എന്നാൽ, ലില്ലിപ്പൂക്കളെപ്പറ്റി പാടുമ്പോൾ, കവി അത്യപൂർവങ്ങളായ അനുഭൂതി മേഖലകളിലേക്കു നമ്മെ കൂട്ടിക്കൊണ്ടു പോകുന്നു. “ഏതോ പ്രാർത്ഥനാമണിനാദം കേട്ടിളം നക്ഷത്രങ്ങളുണരുന്നതു പോലെ, കൂട്ടിലെത്തൈമുട്ടകൾ വിരിയുന്നതുപോലെ” അവ വിടരുമ്പോൾ, “അനുരാഗിണിയായ കന്യ തൻ ശ്വാസം പോലെ അതിപാവനമായ ഗന്ധവുമായി” അവ മുന്നിൽ വിടർന്നു നില്ക്കുമ്പോൾ,” ദിവ്യദർശനമൊന്നു കണ്ടു നില്പതുപോലെ കവിക്കനുഭവപ്പെടുന്നു. മറ്റൊരിടത്ത് ലില്ലിപ്പൂക്കളെ ഋഷികന്യകമാരായും കവി കാണുന്നു. “കലഹിച്ച കാലത്തിലാവഴി പോകും പൗരകമനീ കമനർക്കു തമ്മിലുൾപ്രേമം ചേർക്കാൻ” ആ കണ്ണുകളിൽ ഗൂഢമായെഴുതുന്ന ‘ഗന്ധദ്രവം’ ഈ പൂക്കളിൽ കവി (ഷേക്സ്പിയറുടെ Midsummer Nights Dreamലെ കഥാതന്തു അനുസ്മരിച്ചുകൊണ്ട്) കണ്ടെത്തുന്നു. വിശ്വത്തിന്റെ ഏതു കോണിൽ നിന്നും, ലില്ലിപ്പൂക്കളെപ്പോലെ “മുന്തിയ വിരുന്നുകാരായി” കല്പനകളും ഇമേജുകളും വൈലോപ്പിള്ളിക്കവിതയിൽ സ്വച്ഛന്ദം കടന്നു വരുന്നു.

ഒരു മദയാനയുടെ മനസ്സിലൂടെ പ്രാകൃതകാമനകളുടെ കാനന പ്രവേശം നടത്തുന്ന ‘സഹ്യന്റെ മകൻ’ മലയാളത്തിലുണ്ടായിട്ടുള്ള അപൂർവസുന്ദരമായ ഒരു ദുരന്തകാവ്യമാണ്. ഉത്സവത്തിനിടയ്ക്ക് മദം പൊട്ടിയ ആനയെ വെടിവച്ചു വീഴ്ത്തിയപ്പോൾ, എമ്പാടും നെട്ടോട്ടമോടിയ ആളുകൾക്കും ക്ഷേത്രാധികാരികൾക്കും ആശ്വാസം തോന്നിയിരിക്കാം. പക്ഷേ, കവിതയുടെ പര്യവസാനത്തിൽ, ആ മദയാനയുടെ മരണവിളി പുത്രസങ്കടം സഹിയാത്ത സഹ്യന്റെ ഹൃദയത്തിൽ ‘ചെന്നു മാറ്റൊലിക്കൊണ്ടൂ’ എന്നു വായിക്കുമ്പോൾ, നമ്മുടെ സഹാനുഭൂതി ആ (പാവം) മദഗജത്തിലേക്കും, അതിന്റെ ദുരന്തത്തിൽ നിശ്ശബ്ദ ദുഃഖമനുഭവിക്കുന്ന സഹ്യനിലേക്കും നീളുന്നു. അപൂർവവും മൗലികവുമായ ശോഭകൊണ്ട് ഈ കവിത വേറിട്ടു നിൽക്കുന്നു.

‘‘അരിയവളപ്പിന്നർബ്ബുദമായാ സർപ്പവനത്തെക്കണ്ട്’’ അഗ്നി കൊളുത്തി നിലമൊരുക്കി തെങ്ങും വാഴയും അടയ്ക്കാമരവും നട്ടു നനച്ചതിന്റെ കഥ പറയുന്ന “സർപ്പക്കാട്” ഒരു പരിസ്ഥിതിവിരുദ്ധ ക്കവിതയാണെന്ന്, വാച്യാർത്ഥത്തിനപ്പുറം പോകാൻ കഴിയാത്തവർക്കു തോന്നിയേക്കാം. നാം സംരക്ഷിക്കാൻ കടപ്പെട്ട കാവും കാടുമൊന്നുമല്ലാ, അന്ധവിശ്വാസങ്ങളുടെ കുടിയിരിപ്പുകളാണ്

വെട്ടിനശിപ്പിക്കാൻ കവി ആവശ്യപ്പെടുന്നതെന്ന് അസന്നിഗ്ധമായി വെളിപ്പെടുത്തുന്ന ഈരടികളതിലുണ്ട്.

അന്ധതയിൽ കുടിവച്ചു പെരുത്തൊരു
ദേവതമാരേ! നിങ്ങടെ പടലാൽ
നൊന്തുഞെരങ്ങീ മാനവജീവിത-
മഗ്നി കൊളുത്തുകയായീ ഞങ്ങൾ!

പോരെങ്കിൽ, പുതിയ തലമുറയോട് കവി പറയുന്നു:

ഒട്ടും പേടിക്കേണ്ടെൻ മകനേ!
മണ്ണറ പൂകിയ ഞാഞ്ഞൂളുകൾ തൻ
പുറ്റുകളാ,ണിവയല്ലോ നമ്മുടെ
പുതിയ യുഗത്തിലെ നാഗത്താന്മാർ!

ഇതോടൊപ്പം ചേർത്തു വായിക്കാവുന്നൊരു കവിതയാണ് 'മല തുരക്കൽ'. മനുഷ്യാദ്ധ്വാനത്തിന്റെ മഹനീയതയിൽ വിശ്വസിക്കുന്നൊരു കവിക്കു മാത്രമേ അതെഴുതാൻ കഴിയൂ.

'യുഗപരിവർത്തനവും' 'കണ്ണീർപ്പാട'വും പരസ്പരപൂരകങ്ങളായ കവിതകളാണ്. നഗരത്തെയപേക്ഷിച്ച് ജീവിതതാളം മന്ദഗതിയിലാണെന്നു നാം കരുതാറുള്ള നാട്ടുമ്പുറത്തുപോലും വന്നലയ്ക്കുന്ന മാറ്റങ്ങൾ, സുന്ദരമായ ചില 'മിനിയേച്ചർ' ചിത്രങ്ങളിലെന്ന മാതിരി ഈ കൃതികളിൽ പ്രത്യക്ഷപ്പെടുന്നു. നാട്ടിൻപുറത്തെ വയലോരത്തുകൂടി സഞ്ചരിക്കുന്ന കവിയും പത്നിയും കാണുന്ന രണ്ടു ദൃശ്യങ്ങൾ അടുത്തടുത്തുവച്ചു പരിശോധിക്കാം:

1. ഇന്നലെ സന്ധ്യയ്ക്കു നാമീവഴി പോകെ,ക്കണ്ടൂ
മുൻനിലയ്ക്കൊഴിഞ്ഞുവന്ദിച്ചോരാക്കുടിക്കാരൻ
ഒന്നു ഞാൻ തിരിഞ്ഞു നോക്കീടവേ കാണായ്, ക്രൂരം
തൻ നെടുംകരമുഷ്ടി ചുരുട്ടിയുയർത്തുന്നൂ!
ഞാനതു കാൺകെ,ത്തല ചൊറിയും ഭാവത്തോടും
മ്ലാനമാം ചിരിയോടും നടന്നാനവൻ വീണ്ടും.

(യുഗപരിവർത്തനം)

2. ചിരിച്ചൂവ്യഥയിൽനാം;
എല്ലാം കണ്ടതാ തെക്കേ-
ത്തുരുത്തിലൊരുകൊച്ചൻ
കല്ലുപോലിരിക്കുന്നു.

എത്ര നിർവികാരമി-
പ്പുതുതാം തലമുറ!
ഇത്തിരി ദൂരം മാറി-
നിന്നു നാമീറൻ മാറ്റാൻ!

(കണ്ണീർപ്പാടം)

പിന്നിൽ നിന്ന് മുഷ്ടി ചുരുട്ടിയുയർത്തുകയും, മുമ്പിൽ നിന്ന് തല ചൊറിഞ്ഞു മ്ലാനമായി ചിരിക്കുകയും ചെയ്യുന്നവന്റെ ഭാവപ്പകർച്ചയിൽ ഒരു കാലപ്പകർച്ചയുടെ ചിത്രമാണ് നാം കാണുന്നത്. രണ്ടാമത്തേതിൽ തീർത്തും നിർവികാരവും നിരാർദ്രവുമായ ഒരു തലമുറയാവിർഭവിച്ചു കഴിഞ്ഞതിന്റെ ചിത്രവും!

മാറുന്ന കാലാവസ്ഥയോടു പ്രതികരിച്ചു പാടുന്ന ഋതുബോധമുള്ള ഒരു പക്ഷി വൈലോപ്പിള്ളിക്കവിതയിലുണ്ട്. 'പരിണാമഗാഥ'യെഴുതിയത്, തൃശൂരിന്റെ പ്രാന്തപ്രദേശമായ കുറ്റൂർ ദേശത്തെ അധികരിച്ചാണെങ്കിലും, കേരളത്തിലെയും ലോകത്തിലെയാകെത്തന്നെയും മാറ്റങ്ങൾ സുസൂക്ഷ്മമായി നിരീക്ഷിക്കുന്ന ഒരു കവിയെന്ന നിലയ്ക്ക് അദ്ദേഹത്തിന്റെ കവിതകൾ പലതും 'പരിണാമഗാഥകളാ'ണ്. ലോകത്തിന്റെ ഏതോ കോണിൽ സംഭവിക്കുന്ന ദുരന്തത്തിന്റെ സങ്കടവും, സമാധാനത്തിനും സമൃദ്ധിക്കും വേണ്ടിയുള്ള മനുഷ്യയത്നങ്ങളുടെ സാഫല്യത്തിനായുള്ള പ്രാർത്ഥനകളും, ജീവിതത്തിന്റെ കൊടിപ്പടം താഴുകയില്ലെന്നുള്ള ശുഭകാമനയും എല്ലാം ഉൾച്ചേർന്ന ദർശനത്തിന്റെ തിളക്കം ഈ കവിതകളിലുണ്ട്. "കവിയും സൗന്ദര്യബോധവും'' പോലെയുള്ള കൊച്ചുകവിതകളിലും സ്വന്തം കാവ്യാഭിവീക്ഷണം മന്ത്രത്തകിടിലെന്ന പോലെ കുറിച്ചുവച്ചിട്ടുണ്ട്. സമൂഹത്തെ ബാധിക്കുന്ന ഏറ്റവും വലിയ വ്യാധിയായ ദാരിദ്ര്യത്തെപ്പറ്റി, നിസ്സംഗമായി പറയുന്ന ഒരു ക്രൂരഫലിതം പോലെയുള്ള "അരിയില്ലാഞ്ഞിട്ട്" എന്ന കൊച്ചുകവിതയും വായനക്കാരിൽ ശക്തമായൊരാഘാതമേൽപിക്കുന്നു.

മനസ്സിലങ്കുരിക്കുന്ന ഭാവങ്ങൾ വാങ്മയരൂപമാർജ്ജിക്കുമ്പോൾ, അതിന് വന്യമായൊരു വളർച്ച (wild growth)യല്ലാ, വൈലോപ്പിള്ളിക്കവിതയിൽ സംഭവിക്കുന്നത്. കാണെക്കാണെ പടർന്നുപന്തലിക്കുന്ന ഒരു അരയാലിന്റെ ചേലുള്ള പി.കുഞ്ഞിരാമൻനായരുടെ കവിതയെ മറുഭാഗത്തു വേണമെങ്കിൽ സങ്കല്പിക്കാം. അതിന് അതിന്റെ ഭംഗിയുണ്ട്. എന്നാൽ, കലിഡോസ്കോപ്പിന്റെ ഓരോ ചലനത്തിനു

മുണ്ടാവുന്ന ദൃശ്യത്തിന് പരിനിഷ്ഠിതമായൊരു പാറ്റേൺ സഹജമായുണ്ടാവുംപോലെ, വൈലോപ്പിള്ളിക്കവിതയിൽ സൂക്ഷ്മദൃക്കുകൾക്കു മാത്രം കാണാൻ പറ്റുന്ന ഒരു പാറ്റേൺ അന്തർഹിതമായിരിക്കുന്നു. ഉദാ: പടക്കളത്തിലെ പൂമ്പാറ്റയിൽ, ഒരു ബിന്ദുവിൽ നിന്ന് ക്രമികമായ ഒരു വികാസം; ഒരു പരിധിയിലെത്തുമ്പോൾ അതു ക്രമികമായി സങ്കോചിച്ച് പഴയ ബിന്ദുവിനു സമാനമായ മറ്റൊരു ബിന്ദുവിൽ ചെന്നു നില്ക്കുന്നു- ആദ്യബിന്ദു, പടക്കളത്തിൽ ഒരു ഭടൻ ആകസ്മികമായിക്കാണുന്നൊരു പൂമ്പാറ്റ; ഭടന്റെ ഓർമ്മകളിൽ സ്വന്തം ഗ്രാമത്തിന്റെ മനോഹരമായൊരടിവാരത്തിലേക്ക് ആ ദൃശ്യം വികസിക്കുന്നു. പിന്നെ, അതു ക്രമേണ സങ്കോചിക്കുന്നു. തന്റെ പ്രേമഭാജനത്തിന്റെ, വേർപാടിന്റെ വേദനകൊണ്ടു പിടയുന്ന ഹൃദയമെന്ന അപരബിന്ദുവിലേക്കു കാഴ്ച സങ്കോചിക്കുന്നു. അവിടെ വച്ച് പൂമ്പാറ്റയിലെ ചിറകിന്റെ തുടിപ്പിൽ, സ്നേഹഭാജനത്തിന്റെ ഹൃദയത്തുടിപ്പ് കാണുന്നു. ഭടൻ ചോദിച്ചുപോകുന്നു:

ഒരു ഹൃദയത്തിൻ സ്പന്ദനമല്ലേ,
ചെറുപൂമ്പാറ്റേ! നിൻ ചിറകിൽ?

പൊടുന്നനെ ഒരു വെടിപൊട്ടുന്നു; പാവം പടയാളിയുടെ പ്രാണൻ പറന്നു പോകുന്നു; പൂമ്പാറ്റ അതിന്റെ വഴിക്കും. ഒരു ബിന്ദുവിൽ നിന്ന് divergent ആയി രണ്ടു രേഖകൾ വരച്ച് ഒരറ്റമെത്തുമ്പോൾ അവ തിരികെ convergent ആയി വരച്ച് മറുഭാഗത്തു സമാനമായ മറ്റൊരു ബിന്ദുവിൽ കൊണ്ടുനിർത്തുക. അങ്ങനെയൊരു 'രേഖാരൂപം' നൽകാവുന്ന പാറ്റേൺ ഈ കവിതയിൽ ഒളിഞ്ഞിരിക്കുന്നു. മറ്റു പല കവിതകളിലും സാമാന്യമായി ഇതുപോലെ ഓരോ പാറ്റേൺ കണ്ടെത്താം. ഒരിക്കൽ "നന്ദലാൽ ബോസിന്റെ വീട്ടുമുറ്റത്തെ പുല്ലുകൾ പോലും, അദ്ദേഹത്തിന്റെ മനസ്സിൽ കണ്ടതുപോലെയാണ് ഇല വിടർത്തിയിരുന്ന"തെന്ന് ഒരു കലാനിരൂപകൻ പറഞ്ഞത്, വൈലോപ്പിള്ളിക്കവിത വായിക്കുമ്പോൾ ഓർത്തുപോകാറുണ്ട്. കവിയുടെ ദൃശ്യതാളസങ്കൽപം (Sense of Design) കൈവെടിഞ്ഞൊന്നും ആ കവിതയിൽ കടന്നുകൂടുന്നില്ല.

ഒറ്റയൊറ്റക്കവിതകളെപ്പറ്റിയുള്ള വർത്തമാനം ഇനി സമാപിപ്പിക്കട്ടെ. അതിനുമുമ്പ്, ഈ സമാഹാരത്തിൽ പൂർണ്ണമായൊതുക്കാനാവാത്ത "കുടിയൊഴിക്കലി"നെപ്പറ്റിക്കൂടി രണ്ടു വാക്ക്: ഇരുപതാം നൂറ്റാണ്ടിന്റെ ഉത്തരാർദ്ധത്തിൽ മലയാളകവിതയിലെന്നല്ലാ, ഭാരതീയ കവിതയിലാകെ

ത്തന്നെയുണ്ടായ ഏറ്റവും പ്രധാനപ്പെട്ട കൃതികളിലൊന്നാണ് "കുടിയൊഴിക്കൽ". വർഗ്ഗ സ്വഭാവങ്ങളും, വർഗ്ഗബന്ധങ്ങളും സൂക്ഷ്മമായും സൗന്ദര്യാത്മകമായും ഇഴ പേർത്തെടുത്തു കാട്ടുന്ന കൃതിയാണത്. അതിലെ "ചീവീടുകളുടെ പാട്ട്" എന്ന അവസാന ഭാഗം ഒരർത്ഥത്തിൽ കവിയുടെ സത്യവാങ്മൂല മാണ്.

> "ഉറ്റപൈതൃകമായൊരിപ്പാരി-
> ലൊറ്റ മാനുഷൻ മാഴ്കിടും കാലം
> നിദ്ര ചെയ്‌വീല നിത്യശാന്തിക്കായ്
> മൃത്യുവിൻ മടി പൂകിയോരാരും!"

എല്ലാ പരിവർത്തനങ്ങളും "സ്നേഹസുന്ദരപാതയിലൂടെ" യായെങ്കിൽ എന്നാശിക്കുന്ന കവി "ദേവലോകം തുറന്നിടും താക്കോൽ/കേവലം മൺതുരുമ്പിൽ കിടപ്പൂ" എന്നു ചൂണ്ടി ക്കാട്ടുന്നു. ആ ദേവലോകം തന്നെയല്ലേ, വിപ്ലവതത്ത്വശാസ്ത്ര ങ്ങൾ വരച്ചുകാട്ടുന്ന വാഗ്ദത്ത ഭൂമി? എങ്കിൽ, അവിടേക്കുള്ള മഹാപ്രസ്ഥാനങ്ങൾക്കു മംഗളം നേർന്ന് ഊർദ്ധ്വബാഹുവായി നില്ക്കുന്ന ഒരു കവിയെയാണ് നാം 'കുടിയൊഴിക്കലി'ൽ കാണുന്നത്.

∎

മലയാളത്തിന്റെ
പ്രിയകവിതകൾ

കന്നിക്കൊയ്ത്ത്

പൊന്നുഷസ്സിന്റെ കൊയ്ത്തിൽനിന്നൂരി-
ച്ചിന്നിയ കതിർ ചുറ്റും കിടക്കെ,
മേവി കൊയ്ത്തുകാർ പുഞ്ചയിൽ, ഗ്രാമ-
ജീവിതകഥാനാടകഭൂവിൽ[1]

II

കെട്ടിയ മുടി കച്ചയാൽ മൂടി,
ചുറ്റിയ തുണി ചായ്ച്ചൊന്നു കുത്തി,
വെറ്റില ചവ,ച്ചുന്മദമോളം-
വെട്ടിടുമരിവാളുകളേന്തി,
ഒന്നിച്ചാനമ്രമെയ്യോടേ നില്പൂ
കന്നിപ്പാടത്തു കൊയ്ത്തുകാർ നീളെ
നൽപ്പുലർകാലപാടലവാനിൽ
ശുഭ്രമേഘപരമ്പരപോലെ!

III

'ആകെ നേർവഴി പാലിപ്പി,നാരും
ആനപോലെ കടന്നു കൊയ്യൊല്ലേ!'
'താഴ്ത്തിക്കൊയ്യുവിൻ, തണ്ടുകൾ ചേറ്റിൽ
പൂഴ്ത്തിത്തള്ളൊല്ലേ, നെല്ലു പൊന്നാണേ!'
'തത്തപോലേ മണിക്കതിർമാത്രം
കൊത്തിവയ്ക്കൊലാ നീ കൊച്ചുപെണ്ണേ!'

(കന്നിക്കൊയ്ത്ത്: എറണാകുളത്തു കലൂരിൽ തറവാടിനു കിഴക്കുള്ള കന്നിക്കൊയ്ത്തുപാടം പശ്ചാത്തലം.)

1. ഗ്രാമജീവിതകഥയുടെ വിപുലീകരണമായ ഒരു മഹാനാടകത്തിന്റെ പ്രദർശന ശാലയാണു പാടം. ഈ ആശയം ഖണ്ഡം iv-ൽ, കൂടുതൽ സ്പഷ്ടമാക്കി യിരിക്കുന്നു.

'കൊയ്യുവാനോ നീ വന്നതു, കൊള്ളാം,
കൊഞ്ചു,കാളാഞ്ചി, മീൻ[2] പിടിപ്പാനോ?'

'നീട്ടിയാൽ പോരാ, നാവുകൊണ്ടേവം
നീട്ടിക്കൊയ്യണം നീയനുജത്തി!'

'കാതിലം[3] കെട്ടാൻ കൈവിരുതില്ലേ?
നീ തലക്കെട്ടു[4] കെട്ടിയാൽ പോരും.'

ചെമ്മിൽച്ചെങ്കതിർ ചേർത്തരിഞ്ഞേവം
തമ്മിൽ പേശുന്നു കൊയ്ത്തരിവാൾകൾ

IV

പാടുവാൻ വരുന്നീലവ,ർക്കെന്നാൽ
പാരമുണ്ടു പയ്യാരങ്ങൾ ചൊൽവാൻ.

തെങ്ങണിത്തണലാർന്നിവർ തീര-
ത്തങ്ങു കൂടിക്കഴിഞ്ഞിടും ഗ്രാമം,

നിത്യവും ജീവിതം വിതയേറ്റി
മൃത്യു കൊയ്യും വിശാലമാം പാടം.

തത്ര കണ്ടിടാം കൊയ്തതിൻ ചാമ്പൽ-
ക്കുത്തിലേന്തിക്കുളുർത്ത ഞാർക്കൂട്ടം

അത്തലിൻ കെടുപായലിൻ മീതേ-
യുൾത്തെളിവിന്റെ നെല്ലിപ്പൂന്തോട്ടം;

ചൂഴെയെത്തുന്ന രോഗദാരിദ്ര്യ-
ച്ചാഴിയൂറ്റിക്കുടിച്ചതിൻ കോട്ടം;

ചെഞ്ചെറുമണി[5] കൊത്തിടും പ്രേമ-
പ്പഞ്ചവർണ്ണക്കിളിയുടെയാട്ടം!

എത്ര വാർത്തകളുണ്ടിതേപ്പറ്റി-
ക്കൊയ്ത്തുകാരുടെയിപ്പഴമ്പായിൽ!

—കന്യ പെറ്റുപോൽ, മറ്റൊരു ബാല-
പ്പെണ്ണിനെക്കട്ടുകൊണ്ടുപോയ് പ്രേയാൻ;

---

2. ചിലതരം ശുദ്ധജലമത്സ്യങ്ങൾ.
3. ഒരു തരം ചുരുട്ടുകെട്ട്.
4. മറ്റൊരുതരം ചുരുട്ടുകെട്ട്; തലമുടിക്കെട്ട് എന്നു പരിഹാസാർത്ഥത്തിലും.
5. ഹൃദ്രക്തത്തുള്ളി.

മുത്തൻ തൂങ്ങി മരിച്ചുപോൽ,[6] തായെ-
പ്പുത്രൻ തല്ലിപോ,ലഭ്യസ്തവിദ്യൻ!-
എത്ര ചിത്രം! പുരാതനമെന്നാൽ
പുത്തനാമീക്കഥകളിലെല്ലാം;
ധീരം വായ്ക്കുന്നു കണ്ണുനീർക്കുത്തിൽ
നേരമ്പോക്കിന്റെ വെള്ളിമീൻചാട്ടം!

V

ആകുലം മർത്ത്യമാനസം ധീരം;
ആകിലും കാലമെത്രമേൽ ക്രൂരം!
കൊയ്യുവാനോ, ഹാ ജീവിതഭാരം-
കൊണ്ടുതാനോ, കുനിഞ്ഞൊരീ മുത്തി,
വായ്ച്ചെഴും കന്നിപ്പാടത്തൊരുണ്ണി-
യാർച്ച[7] പോൽ പണ്ടു മിന്നിയ തമ്പി.
ഇന്നവൾക്കുതിർനെൽക്കതിർ താഴേ-
നിന്നെടുക്കാനുമെത്രതാൻ നേരം![8]
ഏറെ വേലയാൽ വേദനയാലും,
ചോരനീർ വറ്റിച്ചുങ്ങിയ തൻ മെയ്,
നാലുംകൂട്ടി മുറുക്കിയശേഷം
കാലം തുപ്പാൻ പോം തമ്പലംപോലായ്!
നെല്ലിനോടു പിറുപിറുത്തെന്തോ
ചൊല്ലിനിൽക്കുമീയന്യയാം നാരി
കന്നിനാളിലേ, ഗ്രാമസംഗീത-
കിന്നരൻ താലികെട്ടിയ തമ്പി[9]
ഇങ്ങു പാടങ്ങൾ കോൾമയിർക്കൊൾകേ,
തെ,ങ്ങുറുമിവാളുച്ചലിപ്പിക്കേ,

---

6. അത്ര വയസ്സാകുന്നതുവരെ ക്ഷമിച്ചിരുന്നതിനുശേഷം ആത്മഹത്യ ചെയ്യുക എന്നതിൽ വിഷാദസങ്കുലമായ ഒരു നേരമ്പോക്കുണ്ട്. അതുപോലെ അടുത്ത വരിയിലെ ഉള്ളടക്കത്തിലും.
7. വടക്കൻപാട്ടിലെ ഒരു വീരനായിക.
8. അത്ര ക്ഷീണമുണ്ടവൾക്ക്.
9. വളരെ ചെറുപ്പത്തിൽ നല്ലൊരു നാടൻപാട്ടുകാരിയായിത്തീർന്നവൾ.

പാടിപോലിവൾ പണ്ടഭിമാനം
തേടുമുത്തരകേരളവീര്യം[10]

ഒറ്റയാ,യവൾ പിന്നീടു, വീട്ടിൽ
പെറ്റ മാലുകളോടടരാടി,

പേപിടിച്ചു, കാൽച്ചങ്ങല പുച്ഛം
പേശവേ,യന്ത്യഗാനങ്ങൾ പാടി.

തൻ മതിഭ്രമം തീർന്നുപോ,യെന്നാ-
ലമ്മുളങ്കിളി പാടില്ല മേലിൽ.[11]

VI

എന്തിനേറെ?യിക്കൊയ്‌വതിലാരെ-
'യെന്റേയോമ'ലെന്നെൻ കരൾ ചൊൽവൂ,

കൊയ്ത്തു നിർത്തി,യിടയ്ക്കിടയ്ക്കെന്നെ-
യെത്തിനോക്കുമേതാളുടെ കൺകൾ,

എന്നിലോരോ കിനാവുകൾ പാകി,
എന്റെ പാട്ടിനു പൂഞ്ചിറകേകി,

എട്ടുരണ്ടിലെച്ചാരുത പൊന്മൊ-
ട്ടിട്ടുനിൽക്കുമാപ്പെൺകൊടിപോലും

വേട്ടു കൂട്ടുപിരിഞ്ഞുപോ,യേതോ
നാട്ടിലാനന്ദം നാട്ടിയശേഷം,

ജീവിതത്തിന്റെ തല്ലിനാൽ[12] മെ,യ്യുൾ,-
പ്പൂവിതളുകൾ പോയ് വടുക്കെട്ടി,

പേർത്തുമെത്തുമീപ്പാടത്തു കൊയ്യാൻ
പാഴ്ത്തുണിയിൽ പൊതിഞ്ഞൊരു ദുഃഖം!

---

10. വീരഗാനങ്ങളായ വടക്കൻപാട്ടുകൾ

11. വീട്ടിൽ സ്വയം വരുത്തിക്കൂട്ടിയ ദുഃഖങ്ങളോടു (പ്രസവിച്ച കൊള്ളരുതാത്ത മക്കളോട് എന്നും) മല്ലിടേണ്ടിവന്നതിനാൽ അവൾക്കു ഭ്രാന്തുപിടിച്ചു. തന്നെ തടിയിൽ തളച്ചിരുന്ന ചങ്ങലയുടെ പരിഹാസക്കിലുക്കത്തിനിടയ്ക്ക് അവൾ എന്നെന്നേക്കുമായി അവളുടെ പാട്ടുകൾ പാടിത്തീർത്തു. ഇപ്പോൾ ഭ്രാന്തു മാറിക്കഴിഞ്ഞു. പക്ഷേ, അതോടെ പാട്ടും ഇല്ലാതായി.

    ഒരു കൊയ്ത്തുകാരിയുടെ കാലവിപര്യയകഥ യഥാർത്ഥമായി ഇവിടെ ചേർത്തിരിക്കുന്നു.

12. കെട്ടിയ ഭർത്താവിന്റെ തല്ലും ജീവിതത്തിന്റെ പ്രഹരങ്ങളും.

വെൺകതിർ[13]പോൽ നരച്ചൊരാ ശീർഷ-
ത്തിങ്കൽ നർമ്മങ്ങൾ തങ്ങിനിന്നാലും,
ആയതിൻ മഹാധീരത വാഴ്ത്താൻ
ഗായകനിവൻ കൂടെയുണ്ടാമോ?[14]

VII

കന്നിനെല്ലിനെയോമനിച്ചെത്തി-
യെന്നോടോതി സദാഗതി വായു:
“നിർദ്ദയം മെതിച്ചീ വിളവുണ്മാൻ
മൃത്യുവിന്നേകും ജീവിതംപോലും
വിത്തൊരിത്തിരി വയ്ക്കുന്നു, വീണ്ടും
പത്തിരട്ടിയായ് പൊൻ വിളയിപ്പാൻ.
കന്നിനാളിലെക്കൊയ്ത്തിനുവേണ്ടി
മന്നിലാദിയിൽ നട്ട വിത്തെല്ലാം
പൊന്നലയലച്ചെത്തുന്നു,[15] നോക്കൂ,
പിന്നെയെത്രയോ കൊയ്ത്തുപാടത്തിൽ!
ഹാ, വിജിഗീഷു മൃത്യുവിന്നാമോ
ജീവിതത്തിൻ കൊടിപ്പടം താഴ്ത്താൻ?
തൻ വിരിമിഴിത്തെല്ലിനാലീ നിൻ
മുന്നിൽ നാകം തുറക്കുമീത്തയ്യൽ
കണ്ണുനീർച്ചാലിൽ മണ്ണടിഞ്ഞേക്കാം,
നിൻ വിപഞ്ചിയും മൂകമായ്പോകാം.
എന്നിരിക്കിലുമന്നെഴും കൊയ്ത്തിൽ
സ്വിന്നമാം കവിൾത്തട്ടിലെച്ചോപ്പാൽ

---

13. വെളുത്തു പതിരായി പാടത്തു കാണാറുള്ള കതിർ.
14. വിവാഹിതകളായി മറുദേശങ്ങളിലേക്കു പോയവർപോലും ഇടയ്ക്കിടയ്ക്കു കൊയ്ത്തുകാലത്തു നാട്ടിലും വീട്ടിലും തിരിച്ചെത്തി കൊയ്യുവാൻ കൂടുക പതിവാണ്.
15. മരണത്താൽ അറുത്തെടുക്കപ്പെടുമ്പോഴും ജീവിതം അതിന്റെ തുടർച്ചയ്ക്കായി സന്താനപരമ്പരയെ സ്ഥാപിച്ചുപോകുന്നു. അങ്ങനെ തലമുറകൾ നശിച്ചാലും ജീവിതം നശിക്കാതെ ആദി മുതൽ വർദ്ധിച്ച് (പൊന്നലയലച്ച്) മുന്നോട്ടു പോകുന്നു.

ധന്യനാമേതോ ഗായകബാലൻ
തന്നുയിരിനെയുജ്ജ്വലമാക്കി.

തന്വിമാരൊത്തു കൊയ്യുവാൻ വന്ന
കന്നിമാസത്തിൻ കൗതുകംപോലെ,

കണ്ണിനാനന്ദം നൽകിടും ഗ്രാമ-
കന്യയാളൊന്നീപ്പാടത്തു കൊയ്യും.

നിങ്ങൾതാനവ,രിന്നത്തെപ്പാട്ടിൽ-
നിന്നു ഭിന്നമല്ലന്നെഴും ഗാനം

ഇപ്പൊരുളറിയാതറിഞ്ഞാവാം
നില്പതിമ്പമായ് ഗ്രാമീണചിത്തം!

ആകയാലൊറ്റയൊറ്റയിൽക്കാണു-
മാകുലികളെപ്പാടിടും വീണേ,

നീ കുതുകമൊടാലപിച്ചാലും
ഏകജീവിതാനശ്വരഗാനം.

(20-1-1945)

■

മാമ്പഴം

അങ്കണത്തൈമാവിൽനി-
    ന്നാദ്യത്തെപ്പഴം വീഴ്കെ-
യമ്മതൻ നേത്രത്തിൽനി-
    ന്നുതിർന്നൂ ചുടുകണ്ണീർ.

നാലുമാസത്തിൻ മുമ്പി,-
    ലേറെനാൾ കൊതിച്ചിട്ടീ-
ബ്ബാലമാകന്ദം പൂവി-
    ട്ടുണ്ണികൾ വിരിയവേ,

അമ്മതൻ മണിക്കുട്ടൻ
    പൂത്തിരി കത്തിച്ചപോ-
ലമ്മലർച്ചെണ്ടൊന്നൊടി-
    ച്ചാഹ്ലാദിച്ചടുത്തെത്തി.

ചൊടിച്ചൂമാതാവപ്പോൾ,
    "ഉണ്ണികൾ വിരിഞ്ഞ പൂ-
വൊടിച്ചുകളഞ്ഞല്ലോ
    കുസൃതിക്കുരുന്നേ!' നീ.

മാങ്കനി, വീഴുന്നേര-
    മോടിച്ചെന്നെടുക്കേണ്ടോൻ
പൂങ്കുല തല്ലുന്നതു
    തല്ലുകൊള്ളാഞ്ഞിട്ടല്ലേ?"

പൈതലിൻ ഭാവം മാറീ,
    വദനാംബുജം വാടീ,
കൈതവം കാണാക്കണ്ണു
    കണ്ണുനീർത്തടാകമായ്.

"മാമ്പഴം പെറുക്കുവാൻ
    ഞാൻ വരുന്നില്ലെ"ന്നവൻ

(മാമ്പഴം: അഞ്ചുവയസ്സിൽ മരിച്ചുപോയ ഒരു കൊച്ചനുജനെ ഓർമ്മിച്ചെഴു
തിയത്)

മാൺപെഴും മലർക്കുല-
യെറിഞ്ഞൂ വെറുംമണ്ണിൽ.

വാക്കുകൾ കൂട്ടിച്ചൊല്ലാൻ
വയ്യാത്ത കിടാങ്ങളേ,
ദീർഘദർശനം ചെയ്യും
ദൈവജ്ഞരല്ലോ നിങ്ങൾ![1]

തുംഗമാം മീനച്ചൂടാൽ-
ത്തൈമാവിൻ മരതക-
ക്കിങ്ങിണി സൗഗന്ധിക-
സ്വർണ്ണമായ്ത്തീരുംമുമ്പേ,

മാങ്കനി വീഴാൻ കാത്തു-
നില്ക്കാതെ, മാതാവിന്റെ
പൂങ്കുയിൽ കൂടുംവിട്ടു
പരലോകത്തെപ്പൂകി.

വാനവർക്കാരോമലായ്,-
പ്പാരിനെക്കുറിച്ചുദാ-
സീനനായ്, ക്രീഡാരസ-
ലീനനാ,യവൻ വാഴ്കെ,

അങ്കണത്തൈമാവിൽനി-
ന്നാദ്യത്തെപ്പഴം വീഴ്കെ,
അമ്മതൻ നേത്രത്തിൽനി-
ന്നുതിർന്നൂ ചുടുകണ്ണീർ!

തൻമകന്നമൃതേകാൻ
താഴോട്ടു നിപതിച്ച
പൊൻപഴം മുറ്റത്താർക്കും
വേണ്ടാതെ കിടക്കവേ

അയൽപക്കത്തെക്കൊച്ചു-
കുട്ടികളുത്സാഹത്തോ-
ടവർതൻ മാവിൻചോട്ടിൽ-
ക്കളിവീടുണ്ടാക്കുന്നു,-

---

1. വാക്കുകൾ കൂട്ടിപ്പറയാറായിട്ടില്ലാത്ത ഇളംപ്രായത്തിൽ കുഞ്ഞുങ്ങൾ പറയുന്നതു പലതും കുറിക്കുകൊള്ളുന്നു.

''പൂവാലനണ്ണാർക്കണ്ണാ,[2]
മാമ്പഴം തരികെ,"ന്നുൾ-
പൂവാളും കൊതിയോടെ
വിളിച്ചു പാടീടുന്നു.

ഉതിരും മധുരങ്ങ-
ളോടിച്ചെന്നെടുക്കുന്നൂ
മുതിരും കോലാഹല-
മംഗലധ്വാനത്തോടും.

വാസന്തമഹോത്സവ-
മാണവ,ർക്കെന്നാലവൾ-
ക്കാഹന്ത! കണ്ണീരിനാ-
ലന്ധമാം വർഷാകാലം.

പുരതോ നിസ്തബ്ധയായ്-
ത്തെല്ലിട നിന്നിട്ടു തൻ
ദുരിതഫലംപോലു-
ള്ളപ്പഴമെടുത്തവൾ

തന്നുണ്ണിക്കിടാവിന്റെ
താരുടൽ മറചെയ്ത
മണ്ണിൽത്താൻ നിക്ഷേപിച്ചു
മന്ദമായേവം ചൊന്നാൾ:

"ഉണ്ണിക്കൈയ്ക്കെടുക്കുവാ-
നുണ്ണിവായ്ക്കുണ്ണാൻവേണ്ടി,
വന്നതാണീ മാമ്പഴം,
വാസ്തവമറിയാതെ.

നീരസം ഭാവിച്ചു നീ
പോയിതെങ്കിലും കുഞ്ഞേ,
നീയിതു നുകർന്നാലേ
അമ്മയ്ക്കു സുഖമാവൂ.

പിണങ്ങിപ്പോയീടിലും
പിന്നെ ഞാൻ വിളിക്കുമ്പോൾ-

2. "അണ്ണാർക്കണ്ണാ, പൂവാല
ഒരു പൂളു മാങ്ങ കടം തായോ!" എന്ന പാട്ടിലെ അംശം.

ക്കുണുങ്ങിക്കുണുങ്ങി നീ-
യുണ്ണുവാൻ വരാറില്ലേ?

വരിക കണ്ണാൽക്കാണാൻ
വയ്യാത്തോരെൻ കണ്ണനേ,
തരസാ നുകർന്നാലും
തായതൻ നൈവേദ്യം നീ."

ഒരു തൈക്കുളിർക്കാറ്റാ-
യരികത്തണ,ഞ്ഞപ്പോ-
ളരുമക്കുഞ്ഞിൻ പ്രാണ-
നമ്മയെയാശ്ലേഷിച്ചു.

(10-5-1936)

■

അരിയില്ലാഞ്ഞിട്ട്

അപ്പാവം ജീവിച്ചനാ-
    ളവനെത്തുണയ്ക്കാഞ്ഞോർ
തൽ 'പ്രാണനെ'ടുത്തപ്പോൾ[1]
    താങ്ങുവാൻ മുതിർന്നെത്തീ.

പെരിയോർകളെപ്പോലെ
    ചെറിയോർകളും മന്നിൽ
മരണത്തിനുശേഷം
    മാലോകർക്കിഷ്ടം ചേർപ്പൂ!

മാവു വെട്ടുന്നൂ ചിലർ,
    വേലിതട്ടുന്നൂ[2] ചിലർ,
ആവതും വിധവയെ-
    യാശ്വസിപ്പിപ്പൂ ചിലർ.

വിശ്രുതമയൽപ്രഭു-
    ഗേഹത്തിൻ കാരുണ്യത്താൽ
കച്ചവാങ്ങുവാനുള്ള
    കാശുമങ്ങെത്തിച്ചേർന്നു.

മുറുക്കാൻപൊതി നീക്കി
    മൂത്തൊരു കരക്കാരൻ
തിരക്കായകത്തെത്തി-
    പ്പെണ്ണിനോടേവം ചൊന്നാൻ:

"കണക്കായെല്ലാം,[3] ഞങ്ങ-
    ളിറക്കീ നിലത്തെന്നാ-

(അരിയില്ലാഞ്ഞിട്ട്: ഒരു യഥാർത്ഥ ദരിദ്രജീവിതകഥയെ അടിസ്ഥാനമാക്കി എഴുതിയത്)

1. മരിച്ചപ്പോൾ.
2. തെക്കേ പറമ്പിലെ ശ്മശാനത്തിലേക്കു ശവം എളുപ്പം കൊണ്ടുപോവാൻ.
3. ശവദാഹത്തിനുള്ള ഒരുക്കങ്ങളെല്ലാം കണക്കൊപ്പിച്ചു പൂർത്തിയാക്കി.

ലുണക്കലരിവേണ-
മിത്തിരി ചുറ്റും തൂവാൻ."

കരയുന്നതിന്നിട-
യ്ക്കോതിനാൾ കുടുംബിനി:
"അരിയുണ്ടെന്നാലങ്ങോ-
രന്തരിക്കുകില്ലല്ലോ!"

(21-5-1941)

■

സഹ്യന്റെ മകൻ

ഉത്സവം നടക്കയാ-
    ണമ്പലമുറ്റ,ത്തുയ-
ർന്നുജ്ജ്വലൽദീവെട്ടിക-
    ളിളക്കും വെളിച്ചത്തിൽ.

പതയും നെറ്റിപ്പട്ട-
    പ്പൊന്നരുവികളോലും
പതിനഞ്ചാനക്കരി-
    മ്പാറകളുടെ മുമ്പിൽ.[1]

വാദ്യമേളത്തിൻ താള-
    പാതത്തിൽ തലയാട്ടി-
പ്പൂത്ത താഴ്‌വരപോലെ[2]
    മരുവീ പുരുഷാരം.

സംഘമായ് മുറുക്കിക്കൊ-
    ണ്ടിരിക്കും ചിലർ ചൊൽവൂ
തങ്ങളിൽ, "കുറുമ്പനാ-
    ണാ നടുക്കെഴും കൊമ്പൻ.

തൃപ്പൂണിത്തുറ ഉത്സവരംഗങ്ങളുടെ ഓർമ്മയിൽനിന്ന്.

(സഹ്യന്റെ മകൻ: പരിഷ്കൃതജീവിതത്തിന്റെ കൃത്രിമമായ ചട്ടവട്ടങ്ങൾക്കു വഴങ്ങി 'അണിഞ്ഞൊരുങ്ങി' നില്ക്കുന്ന മഹിമയേറിയ ഒരു മനുഷ്യൻ ചില പ്രതിസന്ധിഘട്ടങ്ങളിൽ പ്രബലമായ ഒരു പ്രാഥമികവികാരത്തിന് (ഉദാ: രതി ഭാവത്തിന്) വിധേയനായി, സംസ്കാര പാരമ്പര്യങ്ങളെ വകവയ്ക്കാതെ സ്വന്തം ഹൃദയപ്രേരണകൾക്കനുസരിച്ചു ജീവിക്കുവാൻ ശ്രമിക്കുകയും അയാളെ ക്കൊണ്ടു പരിഭ്രമവും അപായവും അനുഭവിക്കുന്ന സമുദായം അയാളെ പക യോടെ ഞെരിച്ചുതകർക്കുകയും ചെയ്യുന്നതിന്റെ ഛായ ഈ കഥയുടെ പിന്നി ലുണ്ട്. തീക്ഷ്ണങ്ങളായ സഹജവിചാരങ്ങളുടെ സങ്കേതമായ ഉപബോധ മനസ്സിന്റെ പ്രതിരൂപമാകാം ഇതിലെ സഹ്യകാനനം. അത്തരമൊരു മനുഷ്യൻ സുദായത്തിന് ആപൽക്കാരിയാണെങ്കിലും അയാളുടെ തകർച്ച തീർച്ചയായും സഹാനുഭൂതിയോടുകൂടിയുള്ള പരിഗണനയെ അർഹിക്കുന്നുണ്ട്.)

1. അണിനിരന്ന ആനകൾ കരിമ്പാറകളും തങ്കക്കുമിള നിറഞ്ഞ തലക്കെട്ടുകൾ അവയുടെ മീതെ പതഞ്ഞൊഴുകുന്ന പൊന്നരുവികളുമാണ്.

2. വസ്ത്രാഡംബരവിലാസങ്ങൾകൊണ്ട്.

പൊൽത്തിടമ്പേറിദ്ദേവൻ
    പെരുമാറുമാപ്പെരും-
മസ്തകകടാഹത്തിൽ
    മന്ത്രിപ്പൂ പിശാചുക്കൾ.

മുഴുവൻ തോർന്നിട്ടില്ലാ
    മുൻമദജലം, പക്ഷേ,-
യെഴുന്നള്ളത്തിൽക്കൂട്ടീ-
    എന്തൊരു തലപ്പൊക്കം!

വൻപുകൾ ചൂഴും വളർ-
    കൊമ്പുകളനുമാത്രം
വെമ്പുകയാവാം മഹാ-
    സാഹസങ്ങളെപ്പുൽകാൻ

കണ്ണുകൾ നിണസ്വപ്നം
    കാൺകയാം,[3] തുമ്പിക്കരം
മണ്ണു തോണ്ടുന്നൂ[4]- പാവം
    വിറപ്പൂ ശാന്തിക്കാരൻ!"

ശബ്ദസാഗരം കിട-
    ന്നലതല്ലട്ടേ തീയിൻ
ഭിത്തികളെരിയട്ടേ,
    തിരക്കീടട്ടേ നരർ,

കൂച്ചുചങ്ങലതന്നെ
    കാൽത്തൂണിൽ തളയ്ക്കട്ടേ,
കൂർത്ത തോട്ടി ചാരട്ടേ
    കൃശഗാത്രനിപ്പാപ്പാൻ.

കരുതീലിവയൊന്നു,-
    മാ പ്രൗഢമസ്തിഷ്കത്തി-
ന്നിരുളിൽ ഭ്രാന്തിൻ നിലാ-
    വോലുമാക്കൊലകൊമ്പൻ.

---

3. ചുവന്നു മിന്നുന്ന ചെറുകണ്ണുകൾ ഒരു നിണക്കളിയെ സ്വപ്നംകാണുകയാണോ?

4. തുമ്പിക്കരം ആരുടെ ശവത്തിനാണു കുഴിതോണ്ടുന്നത്?

സഞ്ചരിക്കുകയാണാ-
    സ്സാഹസി, സങ്കല്പത്തിൽ
വൻചെവികളാം പുള്ളി-
    സ്വാതന്ത്ര്യപത്രം വീശി,

തൻ ചെറുനാളിൻ കേളീ-
    വീഥിയിൽ, വസന്തത്താൽ
സഞ്ചിതവിഭവമാം
    സഹ്യസാനുദേശത്തിൽ.

ഉന്നിദ്രം തഴയ്ക്കുമീ
    താഴ്വരപോലൊന്നുണ്ടോ
തന്നെപ്പോലൊരാനയ്ക്കു
    തിരിയാൻ വേറിട്ടിടം?

മലവാകകൾ പൂത്തു
    മാണിക്യമുതിർക്കുന്നൂ,
മലയാനിലൻ വന്നു
    മസ്തകം തലോടുന്നൂ,

പട്ടിലും മൃദുലമാം
    പല്ലവങ്ങളു,മീന്തൽ-
പ്പട്ടിലിൻമുളകളും
    വിരുന്നിനൊരുക്കുന്നു.[5]

കാട്ടിലെപ്പൂഞ്ചോലകൾ
    കൈകളിലമൃതത്തെ-
ക്കാട്ടിലും മേലാം തണ്ണീർ
    കാട്ടിയും വിളിക്കുന്നു.

എ,ന്തിതിലൊന്നും മുന്മ-
    ട്ടാശകൾ മുളപ്പീലാ
ചിന്തകൾ കടന്നൽക്കൂ-
    ടാക്കുമാത്തലയ്ക്കുള്ളിൽ[6]

---

5. ആന ഉത്സവരംഗത്തിൽത്തന്നെയാണു നിൽക്കുന്നതെങ്കിലും അവൻ മനസ്സു കൊണ്ടു ബാല്യകേളീരംഗമായ സഹ്യകാനനങ്ങളിൽ സഞ്ചരിക്കുന്നതിന്റെ അനുഭവങ്ങളാണ് ഇനിയുള്ള ഭാഗങ്ങളിൽ.

6. അവന്റെ തല രൂക്ഷങ്ങളും ഉന്മത്തങ്ങളുമായ ചിന്തകളുടെ കൂടാണ്.

നീട്ടിവെച്ചീടും കാലിൽ-
പ്പാൽച്ചരം തെറിപ്പിച്ചു
കാട്ടുപാതയിലൂടെ
നടന്നാൻ മഹാസത്വൻ.

കാറ്റിലെന്തിതു, പുതു-
പ്പാലപ്പൂസുഗന്ധമോ?
കാട്ടിലെപ്പനകൾതൻ
കള്ളൊലിസ്സൗരഭ്യമോ?

മെരുവിൻ മദദ്രവ-
മണമോ? തുമ്പിക്കയ്യാൽ
ചെറുതെന്നലിൽ തപ്പി-
ച്ചേറ്റിട നിന്നാനവൻ.

പാറയിൽനിന്നും ജലം-
പോലെ, വിസ്മയമേ, തൻ
വീര്യമൊക്കെയും വാർന്നു-
പോവതായ്ത്തോന്നീടുന്നു.

വിഷവല്ലരി തിന്നോ?
വിപിനാന്തരാളത്തിൻ
വിഷമജ്വരം വന്നു
തന്നെയും ബാധിച്ചെന്നോ?

ഹസ്തകൃഷ്ടമായ് മഹാ-
ശാഖകളൊടിയുന്നൂ;
മസ്തകത്തിൽ ചെമ്മണ്ണിൻ
പൂമ്പൊടി പൊഴിയുന്നൂ.

ഉൾത്തരിപ്പേലും ഗണ്ഡ
ഭിത്തിചേർത്തുരയ്ക്കവേ
രക്തഗന്ധിയാം പാ,ലാ-
പ്പാലയിൽനിന്നൂറുന്നൂ.

നിർഗ്ഗതബല,മെന്നാ-
ലുഗ്രവീര്യം തന്നുടൽ,
നിഗ്രഹോത്സുകം സ്നേഹ-
വ്യഗ്രമെങ്കിലും ചിത്തം[7]

---

7. മലമ്പനി

നീളവേ നടന്നാനാ
    നിസ്പൃഹൻ, വസന്തത്തിൻ
കാലടിമണം കോലും
    കാട്ടുപാതയിലൂടെ.

അവിടെപ്പുള്ളിപ്പുലി
    പൊന്തയിൽ പളുങ്ങുന്നു-
ണ്ടവനെക്കൊമ്പിൽ കോർക്കാൻ
    തൻകരൾ തരിപ്പീലാ;

വാൽക്കുവാൽ മണ്ടീടുന്ന
    വാനരഭീരുക്കളും
വായ്ക്കുവായ് പുച്ഛിക്കുന്നു,-
    ണ്ടാവില്ല വക്കാണിപ്പാൻ.

കാട്ടുപൊയ്കയിൽ കൊമ്പി-
    ട്ടടിപ്പൂ മഹിഷങ്ങൾ,
തേറ്റയാൽ ഘർഷിക്കുന്നൂ
    സൂകരം വൃക്ഷോദരം,

ചെവി തേറുന്നൂ വേട-
    രേറുമാടത്തിൽ പാടും
ചെറുതേനൊലിഗ്ഗാന,
    മരുതേ ശ്രദ്ധിക്കുവാൻ.

പകൽ പോയ്, മടയിങ്കൽ
    മാമരനിഴലുകൾ-
ക്കകിടേകുവാൻ വീണ്ടു-
മാർദ്രയാമിരുളെത്തി.

തൻ നീഡവൃക്ഷം തേടി-
    ത്താഴുന്നൂ ചിറകുകൾ,
വിൺനീലപ്പൂവൻമയിൽ
    വിരുത്തീ പുള്ളിപ്പീലി

വനമല്ലിക പൂത്തു
    വാസന ചൊരിയുന്നൂ,
വനദേവിമാർ നൃത്തം-
    വയ്ക്കുന്നു നിലാക്കുത്തിൽ

ഇരവിൻ വേട്ടക്കാർത-[8]
    ന്നോട്ടത്തിലൊടിയുന്നൂ,
ചെറുചില്ലകൾ,-ഓരി
    ശവത്തെ വിളിക്കുന്നൂ.[9]

ഈ വരും വിരാമമെ-
    ന്തിരുളിൻ നിശ്ശബ്ദത
ചീവിടും നൂറായിരം
    ചീവീടിൻ വിലാപമോ?

ഉത്തരക്ഷണത്തിൽത്തൻ
    ചേതനയുണർന്നി,താ-
യുത്സവരംഗത്തിൽനി-
    ന്നുയരും വാദ്യാരവം[10]

വകവെച്ചീലാ വമ്പ,
    നവനിഗ്ഘോഷം വെറും
വനപല്വലവർഷാ-
    കാലമണ്ഡൂകാലാപം;

വരിയായുദ്യോതിക്കു-
    മദ്ദീവെട്ടികൾ മുറ്റും
വനകുഞ്ജകദ്യോത-
    ഖദ്യോതശതം മാത്രം!

അകലുന്നിതു രാത്രി,-
    യാരണ്യമരക്കൊമ്പിൽ
പകൽ പിന്നെയും ലൂതാ-
    തന്തുക്കൾ ബന്ധിക്കുന്നു.[11]

---

8. രാത്രിയിൽ ഇരയെ വേട്ടയാടുന്ന നരി, ചെന്നായ മുതലായവ.

9. കുറുക്കൻ ശവം തിന്നാൻ മോഹിച്ച് ഉറക്കെ കൂവുന്നു.

10. പെട്ടെന്ന് ആനയ്ക്ക് അല്പം വെളിവുണ്ടായി; കാട്ടുചീവീടുകളുടെ ശബ്ദമെന്ന് അവൻ വിചാരിച്ചത്. ഉത്സവത്തിലെ വാദ്യഘോഷമാണു വാസ്തവത്തിൽ എന്ന് അവനു മനസ്സിലായി. എന്നാൽ, ഉദാസീനതയിലൂടെ പിന്നെയും അവന്റെ മനസ്സ് ആ വനത്തിലേക്കിഴുകിപ്പോകുന്നു.

11. ദിവസാരംഭത്തിലെ രശ്മികൾ മരക്കൊമ്പുകൾക്കിടയ്ക്ക് എട്ടുകാലി നൂലുകൾ പോലെ കാണപ്പെടുന്നു.

ഗൂഢമാം വള്ളിക്കെട്ടി-
    ന്നുള്ളിൽനിന്നെഴുന്നേറ്റു
പേടമാനുകളുടെ
    പേടിയെത്തിനോക്കുന്നു.

എന്തിതീപ്പുതുവന-
    പാതയിൽ പരിചിത-
ഗന്ധമൊന്നുലാവുന്നൂ
    പ്രാണനിർവാണപ്രദം!

മാമരശിഖരങ്ങ-
    ളൊടിഞ്ഞ വടു കാണാം
താമരയിലകൾതൻ
    വടിവാമടികളും,[12]

ആവി പൊങ്ങിന പച്ച-
    പ്പിണ്ടവും, ഭാഗ്യം ഭാഗ്യ,-
മാ വഴി നടന്നിട്ടു-
    ണ്ടാനകൾ കുടിക്കുവാൻ.

ഉടനേ കേൾക്കായവ-
    ന്നുത്സവരംഗത്തിൽനി-
ന്നുയരും ശൃംഗദ്ധ്വനി-
    യ,ല്ലൊരു ചിന്നംവിളി[13]

പുലർവായുവിലാടും
    കാശചാമരങ്ങൾതൻ
തെളിവാർനിഴൽ ചിന്നി-
    ത്തേഞ്ഞുമൊരാറ്റിൻവക്കിൽ

അഗ്രഭാഗത്തിൽ കാണായ്
    വാരണനിവഹങ്ങൾ,
സഹ്യമാമലയുടെ
    സൗന്ദര്യസന്ദോഹങ്ങൾ!

12. വട്ടത്തിലുള്ള ആനച്ചോടുകൾ.

13. അതു വാസ്തവത്തിൽ ഉത്സവമേളത്തിലെ 'കൊമ്പുവിളി'യായിരുന്നു; അവനോർത്തു, അത് ഒരാനക്കൂട്ടത്തിന്റെ ചിന്നംവിളിയാണെന്ന്.

കാൽക്ഷണാലവൻ മുന്നോ-
ട്ടാഞ്ഞു–പൊട്ടുന്നൂ കാലിൽ
കൂച്ചുചങ്ങല,യല്ല
കുടിലം വല്ലീജാലം.[14]

എന്തിതീക്കോലാഹലം?
"ആനയോടി!"യെന്നൊരു-
വൻ തിരക്ക,ല്ലെമ്പാടും
വളരും കൊടുങ്കാറ്റോ?[15]

ഇരമ്പും മലവെള്ള-
പ്പൊക്കമോ, കാട്ടാളന്മാ-
രിരുഭാഗവും വള-
ഞ്ഞാർത്തു കാടിളക്കുന്നോ

വാനരം മറിയുന്നോ
തൻപുറത്തേറി,[16]പ്പൂത്ത
കാനനവിടപങ്ങൾ
പേടിപൂണ്ടോടീടുന്നോ?

കരയുന്നുവോ തൻകാൽ-
ച്ചുവട്ടിൽ ചെടികൾ,[17] താ-
നുരിയും കൊമ്പത്തുനി-
ന്നൊലിക്കുന്നുവോ രക്തം?[18]

"കൂർപെറും മാലോകരേ,
വെളിയിൽ കടക്കുവിൻ,
ഗോപുരമടയ്ക്കുവി,-
നമ്പലം കൊലക്കളം!"

---

14. അതോടുകൂടി ഉത്സവരംഗത്തു നിന്നിരുന്ന ആന യഥാർത്ഥത്തിൽ മുമ്പോട്ടു കുതിക്കുകതന്നെ ചെയ്തു. കൂച്ചുചങ്ങല പൊട്ടുന്നതു തുടങ്ങി പിന്നീടുണ്ടാവുന്ന യഥാർത്ഥ സംഭവങ്ങൾ വനസംഭവങ്ങളായി മാത്രമേ അവനു തോന്നുന്നുള്ളൂ.

15. ആനകളുടെ ഓട്ടവും ബഹളവും അവൻ ഇങ്ങനെ വ്യാഖ്യാനിക്കുന്നു.

16. ശാന്തിക്കാരനും കുടതഴകൾ പിടിക്കുന്നവരും ഊർന്നിറങ്ങുന്നു.

17. ആളുകളുടെ മരണരോദനം.

18. ചിലരെ അവൻ വലിച്ചുകീറുന്നു.

ഒട്ടിടയ്ക്കഗ്ഘോഷവും
    വെട്ടവുമടങ്ങിപ്പോയ്,
ഒട്ടിനിൽക്കുന്നൂ മൂക്കി-
    ലൊരു ദുർഗ്ഗന്ധം മാത്രം!

ഇരുൾ[19] നീങ്ങവേ വീണ്ടു-
    മാ മത്തമാതംഗത്തിൻ
ചെറുകണ്ണുകൾ കണ്ടോ
    ചേണെഴും തൽസങ്കല്പം?[20]

—കവിളിൽ പരാക്രമ-
    കന്ദളം[21] മുളയ്ക്കിലും
കളി കൈവെടിയാത്ത
    കോമളകളഭങ്ങൾ;

ആറ്റുനീർ കുടിക്കിലും
    പ്രണയത്തണ്ണീരിനായ്
നാറ്റിടും പിടികളും,
    —തൻ മഹോത്സവരംഗം!

മോന്തിയോ കള്ളിൻനേരാം
    കുളിർനീ,രവരൊത്തു
ചീന്തിയോ കരിമ്പൊക്കും
    കാട്ടുനായ്ക്കണ[22]യവൻ?

കാട്ടുതാളിലയൊത്ത
    കോമളകർണ്ണങ്ങളിൽ
കൂട്ടുകാരിയോടവൻ
    മന്ത്രിച്ചോ മനോരഥം?

ശൃംഖലയറിയാത്ത[23]
    സഖിതൻ കാലിൽ പ്രേമ-

---

19. തൽക്കാലം മനസ്സിലുണ്ടായ കുഴപ്പം.

20. ഗോപുരമടയ്ക്കപ്പെട്ട് ഇരുട്ടിൽ അമ്പലമുറ്റത്തു തനിച്ചായപ്പോഴും അവൻ സ്വന്തം വനവിഹാരഭാവന തുടരുകതന്നെ ചെയ്തു എന്നു തോന്നുന്നു.

21. ചെറുകൊമ്പുകളുടെ മുളകൾ.

22. കരിമ്പുപോലെ തഴച്ചുനിൽക്കുന്ന ഇളംമധുരമുള്ള ഒരു തൃണവിശേഷം. അവന് അതു കരിമ്പുപോലെ സ്വാദുള്ളതായിത്തോന്നി.

23. കാട്ടിൽ സ്വതന്ത്രമായി നടന്നു ശീലിച്ച.

ച്ചങ്ങല ബന്ധിച്ചുവോ
    ചഞ്ചലൽത്തുമ്പിക്കയ്യാൽ?

അറിയില്ലൊരുപക്ഷേ,
    പന്തലിൽ പലേപടി
മറിയും കുലവാഴ-
    യ്ക്കറിയാം പരമാർത്ഥം.[24]

കൂട്ടമൊത്തവൻ പോകെ-
    ക്കരളിൽ കാമക്രോധ-
ക്കാട്ടുതീ വാച്ചോരെതിർ
    കൊമ്പനോടിടഞ്ഞുവോ?

കാനനം കുലുങ്ങവേ,
    കണ്ടു തൻ പിടികൾതൻ
മാനസം കൊണ്ടാടവേ,
    കുട്ടികൾ നടുങ്ങവേ,

ആ യമദണ്ഡങ്ങ[25]ളോ-
    ടക്കാലഹസ്ത[26]ത്തോടു-
മായപോലെതിർത്തോ ത-
    ന്നടിമച്ചോറിൻ വീര്യം[27]

ഹുംകൃതി പതയുന്ന[28]
    ശത്രുകുംഭത്തിൽ പിന്നെ-
ത്തൻ കൊലച്ചിരി[29] കട-
    യോളവും കടത്തിയോ?

അറിയി,ല്ലൊരുപക്ഷേ,
    ഗോപുരപുരോഭൂവിൽ

---

24. അവന്റെ മനോരാജ്യത്തിലെ പെണ്ണാനകൾ വാസ്തവത്തിൽ അമ്പലമുറ്റത്തെ കുലവാഴത്തോരണങ്ങളായിരുന്നു.

25. എതിരാനയുടെ കൊമ്പുകൾ.

26. ശത്രുവിന്റെ കറുത്ത തുമ്പിക്കൈ; കാലന്റെ കൈ എന്നും.

27. മനുഷ്യരുടെ അടിമയായി ഇത്രയുംകാലം അവരുടെ ചോറുണ്ടിട്ടുണ്ടായ തണുത്ത വീര്യം.

28. വെള്ളപ്പാണ്ടുകൾ നിറഞ്ഞ ശത്രുമസ്തകത്തിൽ മദം നിറഞ്ഞു പതഞ്ഞൊഴുകുകയാണെന്നു ഭാവം.

29. വധോദ്യുക്തങ്ങളായ കൊമ്പുകൾ.

നിറയും മുറിക്കൽകൾ
    പറയും പരമാർത്ഥം.[30]

പിൻ,പുഷഃപ്രകാശത്തി-
    ലിരുളിൻ മുമ്പിൽ പേടി-
ച്ചമ്പിയ മാലോകർതൻ
    വമ്പുകളുണരവേ,

അമ്പലമതിൽ കേറി-
    യിരുന്നാൻ, ദുർമൃത്യുവിൻ
മുമ്പിലെസ്സേവക്കാര,-
    നൊരു പട്ടാളക്കാരൻ.

ആ നരനുടെ തോക്കൊ-
    ന്നലറീ,യശരണ-
മാരെയോ വിളിച്ചു കേ-
    ണടിഞ്ഞാൻ മദഗജം.

ദ്യോവിനെ വിറപ്പിക്കു-
    മാ വിളി കേട്ടോ, മണി-
ക്കോവിലിൽ മയങ്ങുന്ന
    മാനവരുടെ ദൈവം?

എങ്കിലുമതു ചെന്നു
    മാറ്റൊലിക്കൊണ്ടൂ, പുത്ര-
സങ്കടം സഹിയാത്ത
    സഹ്യന്റെ ഹൃദയത്തിൽ!

(20-8-1944)

■

30. ക്ഷേത്രത്തിലെ കരിങ്കൽഗോപുരത്തെയാണ് എതിർ കൊമ്പനാനയെന്ന് അവൻ തെറ്റിദ്ധരിച്ചത്.

ആസ്സാംപണിക്കാർ

ജനിച്ച നാടുവി,ട്ടകലെയാസ്സാമിൽ
പണിക്കു പോകുന്ന പരിഷകൾ ഞങ്ങൾ

കുതിച്ചു തീവണ്ടി കിതച്ചു പായുന്നു
കുതുകാൽച്ചിന്തകൾ കുതിക്കുന്നൂ മുമ്പേ,

തിരയടിക്കും താഴ്വരയും പാടവും
കുറിയ മാവുകൾ തൊടുത്ത പാതയും,

തിരക്കിടും തെങ്ങുകവുങ്ങുകൾ പച്ച-
ക്കറുപ്പു പൂശുന്ന പുരയിടങ്ങളും,

പതഞ്ഞൊഴുകുന്ന നദങ്ങളും, ജന-
പദങ്ങളും ഗൃഹശതങ്ങളുമെല്ലാം

കലങ്ങിയും ചുറ്റിക്കറങ്ങിയും വഴി
വിലങ്ങിയും നിന്നാൽ[1] കുലുങ്ങുമോ ഞങ്ങൾ?

കടന്നൊക്കെത്തട്ടിക്കളഞ്ഞു പായട്ടേ
കനത്ത തീവണ്ടി,യിരുമ്പിന്റെ മുഷ്ടി!

വഴിക്കു ഗോപുരമടച്ചു നില്ക്കുന്ന
കിഴക്കൻ മാമല തുളച്ചു[2] പായട്ടെ:

വലിയ തീവണ്ടി കയറിപ്പോകിലും
വയറിന്മേൽ മുന്നോട്ടിഴയുന്നോർ ഞങ്ങൾ[3]

(ആസ്സാംപണിക്കാർ 1940-42ലെ യുദ്ധകാലത്തു പട്ടാളപ്പാളയങ്ങളുടെ നിർമ്മിതിക്കുവേണ്ടി കേരളത്തിൽനിന്ന് ആസ്സാമിലേക്കു പോയും വന്നുമിരുന്ന തൊഴിലാളി സംഘങ്ങളിലൊന്നിനെ വിഷയമാക്കി എഴുതിയത്.)

1. തീവണ്ടിയിലിരുന്നു നോക്കുമ്പോൾ ഇവയെല്ലാം കറങ്ങിക്കലങ്ങുന്നതു പോലെയും മാർഗ്ഗനിരോധനം ചെയ്യാൻ ഓടിവരുന്നതുപോലെയും തോന്നുന്നു.
2. സഹ്യപർവ്വതം.
3. വിശപ്പു മാറ്റുവാൻ വഴിതേടി മുന്നോട്ടു നീങ്ങുന്നവർ.

കുടികളെങ്ങനെ വിലക്കും ഞങ്ങളെ,
ചുടുമിഴിനീരിലൊരൊറ്റ വറ്റുണ്ടോ?[4]

തടുക്കില്ലമ്പലം, തടുക്കില്ലാ പള്ളി,
പടച്ചവനിപ്പോൾ പരദേശത്തിലാം.

വിളിപ്പതെന്തിനു പുരിക,ളങ്ങു പ-
ല്ലിളിച്ച മൃത്യുതാൻ പണിക്കിറങ്ങുന്നു![5]

കുരുന്നുനാൾതൊട്ടു വളർത്തിവന്നൊരീ-
പ്പിറന്ന നാടിനെപ്പിരികവയ്യെന്നോ?

അറിയുമേ ഞങ്ങ,ളറിയും നീതിയും
നെറിയുംകെട്ടൊരീപ്പിറന്ന നാടിനെ!

അതിഥികൾക്കെല്ലാമമരലോകമി[6]-
ക്കിതവി ഞങ്ങൾക്കു നരകദേശവും.

മദിപ്പിക്കും, കനിക്കിനാവുകൾ[7] കാട്ടി-
ക്കൊതിപ്പിക്കും, പക്ഷേ, കൊടുക്കുകില്ലവൾ.

കുടവയറിനു കുളുർത്ത ചോർ, പാടു-
പെടുന്ന വായകൾക്കുഴക്കരിക്കഞ്ഞി,[8]

അടുത്തനാളൊരുകുടുന്നയീച്ചയും[9]
നടപ്പിതേവിധം നശിച്ചൊരീ നാട്ടിൽ.

അറിയുമേ ഞങ്ങ,ളറിയും നീതിയും
നെറിയും കെട്ടൊരീപ്പിറന്ന നാടിനെ!

---

4. കണ്ണീർ വാർത്താൽ ചോറു കിട്ടുമോ?

5. കേരളത്തിലെ പട്ടണങ്ങൾ ഞങ്ങളെ വിളിച്ചുനിർത്താൻ നോക്കേണ്ട. അവിടെയൊന്നും തൊഴിലാളികൾക്കു പണിയില്ല. മരണത്തിനു മാത്രമേ പണിയുള്ളു. പല്ലിളിച്ച മൃത്യു = (റോട്ടിൻ വക്കുകളിൽ) മരിച്ചു പല്ലിളിച്ചു കിടക്കാറുണ്ടായിരുന്നവരെ ഉദ്ദേശിച്ച്.

6. വിരുന്നുകാരായി വരുന്ന വിദേശികൾക്കു കേരളം സ്വർഗ്ഗമായിത്തോന്നാം.

7. മൃഷ്ടഭോജനത്തിന്റെയും മനസ്സിനിണങ്ങിയ തൊഴിലിന്റെയും മനോഹരസ്വപ്നങ്ങൾ.

8. റേഷൻ സമ്പ്രദായപ്രകാരം.

9. വഴിവക്കിലെ മൃതദേഹങ്ങളുടെ വായിൽ ഉരുളയായി ഒരു കുടുന്ന ഈച്ചയാണു കാണപ്പെടുന്നത്.

മലയലകൾതൻ[10] തടവു ഭേദിച്ചീ
മനോവ്യഥയെല്ലാം പുറത്തു പോകട്ടെ

പുറത്തു തള്ളട്ടെ,യൊരു മുറിവീടി-
പ്പുകയായീ നാട്ടിൽ ശ്വസിച്ചതു ഞങ്ങൾ.

അവിടെയാസ്സാമിൻ വനങ്ങൾ കൂത്തിനു-
ള്ളലർവനങ്ങള,ല്ലറിയുന്നൂ ഞങ്ങൾ.

അവമതിയോതി,യടിച്ചു മേലാള-
രടിമകൾപോലെ പണിയെടുപ്പിക്കാം;

വിപിനവല്ലികൾ ഫണമുയർത്തീടു-
മപകടങ്ങളായ് പരിണമിച്ചിടാം;[11]

വിരിഞ്ഞ മൃത്യുവിൻ പരാഗവുമേന്തി[12]
വിരഞ്ഞു വന്നിടാം കൊതുക്കൾ ചുംബിപ്പാൻ;

കരൾച്ചരടുകൾ വലിച്ചുപൊട്ടിക്കാ-
മിരുട്ടിലുറ്റവരുടെ നിനവുകൾ.

നിയതമെങ്കിലും കിടച്ചിടുമല്ലോ
വിയർപ്പിനു കൂലി, വിശപ്പിനു ചോറും

കൊതിച്ചോണം ഞങ്ങൾ കഴിയട്ടേ, പിന്നെ-
പ്പടച്ചോനല്ലെങ്കിൽ ചെകുത്താനേൽക്കട്ടെ!

II

ജനിച്ച നാടുവി,ട്ടകലെയാസ്സാമിൽ
പണിക്കുപോയ്‌വരും പരിഷകൾ ഞങ്ങൾ.

കുതിച്ചു തീവണ്ടി കിതച്ചു പായുന്നൂ,
കുതുകാൽ ചിന്തകൾ കുതിക്കുന്നൂ മുമ്പേ.

പലനാളായ് പിരിഞ്ഞിരുന്ന ഞങ്ങൾക്കീ
മലനാടെത്രമേൽ മധുരദർശനം!

---

10. മലയമലയും പശ്ചിമസമുദ്രവും.

11. ആസ്സാമിലെ വനങ്ങൾ പാമ്പുകൾക്കു കേൾവിപ്പെട്ടവയാണ്.

12. മലമ്പനി രോഗാണുക്കൾ മൃത്യുപുഷ്പത്തിന്റെ പൂമ്പൊടികൾപോലെയാണ്.

തുരുതുരെക്കൊക്കു പറക്കും പാടങ്ങൾ,
തുടരണിമണി കിലുങ്ങും മേടുകൾ,

മുടി വിടുർത്താടും[13] കവുങ്ങുതെങ്ങുകൾ-
ക്കിടയ്ക്കു പുഞ്ചിരിപൊഴിക്കും വീടുകൾ,

പരക്കെ മാമ്പൂവാം നിരത്തുകൾ, നാട്ടിൻ-
പുറത്തെ സ്വപ്നംകണ്ടെഴും നഗരികൾ,

ഉടനുടനോടിയടുക്കട്ടേ, ചുറ്റും
നടനം ചെയ്യട്ടേ, പഴയ കൂട്ടുകാർ!

ഒരൊറ്റത്തെങ്ങു കണ്ടിടത്തിലൊക്കെയും
സ്മരിച്ചു ഞങ്ങളിപ്പിറന്ന നാടിനെ.

വെളുത്ത വസ്ത്രമൊന്നുടുത്തു കണ്ടിട-
ത്തലിവൊടോർത്തിതീയമലനാടിനെ,

അറിയുമേ ഞങ്ങ,ളറിയുമീ നാടു
നരകമാക്കീടും നരകീടങ്ങളെ.

പഹയന്മാരോടു പകരം വീട്ടട്ടേ
പകയിൽ നീറുന്ന വരുന്ന കാലങ്ങൾ.

ഇവിടെ ഞങ്ങൾക്കീപ്പഴയ മണ്ണിൽത്താ-
നിനിയും ജീവിതം പടർത്തുകിൽ പോരും.

ഉദരത്തിൻപേശി കെടുത്താൻ പോയ് ഞങ്ങൾ;
ഹൃദയത്തിൻ വിശപ്പടക്കുവാൻ പോന്നു.

നിറഞ്ഞിരിക്കിലും ദരിദ്രമീ രാജ്യം,
നിറന്നിരിക്കിലും വികൃത,മെങ്കിലും

ഇവിടെ സ്നേഹിപ്പാ,നിവിടെയാശിപ്പാ,-
നിവിടെ ദുഃഖിപ്പാൻ കഴിവതേ സുഖം!

തളർന്ന ഞങ്ങളെയവിടെയല്ലിലും
തണുപ്പിലും വന്നു സമാശ്വസിപ്പിച്ചു.

പ്രഭയൊടിങ്ങെഴും ചെറുമുഖങ്ങളും
പ്രണയച്ചൂടെഴും മുലത്തടങ്ങളും.

പനിയിലും ഞങ്ങൾ പലരും നാട്ടിലെ-
പ്പരദൈവങ്ങൾക്കു കരുതി നേർച്ചകൾ.

---

13. കേരളത്തിലെ ഒരു പുരാതനനൃത്തവിശേഷമായ 'മുടിയാട്ട'ത്തെ അനുസ്മരിച്ച്.

അറിയുമൊക്കെയു,മണച്ചു പുല്കുവാൻ
വിരികൈ നീട്ടുമീ വിവശകേരളം.

മരിച്ചുപോയവ,രിവരേക്കാൾ മുമ്പേ
തിരിച്ചുവന്നിട്ടുണ്ടിവിടെ നിശ്ചയം![14]

ശരിക്കൊരാരവം മഴയിരമ്പംപോൽ
ശ്രവിപ്പീലേ നിങ്ങളകലത്തുനിന്നും?

അതീപ്പുകവണ്ടി വരും വിരാവമ,-
ല്ലറിക ഞങ്ങൾതൻ കുതൂഹലോദ്ഘോഷം!

ഇതാ തിരിച്ചെത്തി, യിതാ തിരിച്ചെത്തി,
കൃതാർത്ഥരാം ഞങ്ങൾ പുതുമഴപോലെ![15]

കുടിയിലെ പ്രേമക്കൊടികളേയോമൽ-
ക്കുരുന്നുമെയ്കളേ, പഴയ തോഴരേ,

പണക്കിഴി ചൊട്ടിപ്പലരും ഞങ്ങളിൽ,
പനിപ്പൊതികളായ്[16] വരുന്നുവെങ്കിലും.

പുനസ്സമാഗമക്കുളുർമ്മതാനിന്നൊ-
രനർഘസമ്പത്തി, നമുക്കു സമ്പുഷ്ടി![17]

(8-1-1941)

■

---

14. ആസ്സാമിൽവച്ചു മരിച്ചുപോയ ഞങ്ങളുടെ കൂട്ടുകാരുടെ ആത്മാക്കൾ അവിടെയെങ്ങും നില്ക്കാതെ ഞങ്ങളേക്കാൾ മുമ്പ് ഇങ്ങോട്ടു തിരിച്ചെത്തിയിരിക്കണം.

15. ഭൂമിയിൽനിന്ന് ആവിയായിപ്പോയ ജലം പുതുമഴയായി തിരിച്ചെത്തുന്നതു പോലെ.

16. മലമ്പനി പിടിച്ചവർ.

17. ധനവും ആരോഗ്യവും നശിച്ചാലും ഉറ്റവരുടെ അടുക്കൽ തിരിച്ചെത്താൻ കഴിയുന്നതുതന്നെ ഞങ്ങൾക്ക് വലിയൊരൈശ്വര്യവും അഭിവൃദ്ധിയുമാണ്.

പന്തങ്ങൾ

ചോരതുടിക്കും ചെറുകയ്യുകളേ,
പേറുക വന്നീപ്പന്തങ്ങൾ.

ഏറിയ തലമുറയേന്തിയ പാരിൻ
വാരൊളിമംഗളകന്ദങ്ങൾ!

പണ്ടു പിതാമഹർ കാട്ടിൻ നടുവിൽ
ചിന്തകളുരസിടുമക്കാലം,

വന്നു പിറന്നിതു ചെന്നിണമോലും
വാളുകണക്കൊരു തീനാളം.

സഞ്ചിതമാകുമിരുട്ടുകളെല്ലാം
സംഭ്രമമാർന്നോരന്നേരം

മാനവർ കണ്ടാ,രഗ്നിസ്മിതമതിൽ
മന്നിലെ വിണ്ണിൻ വാഗ്ദാനം.

ആയിരമായിരമാത്തീ ചുംബി-
ച്ചാളിവിടർന്നൊരു പന്തങ്ങൾ

പാണിയിലേന്തിപ്പാടിപ്പാടി-
പ്പാരിലെ യുവജനവൃന്ദങ്ങൾ

കാലപ്പെരുവഴിയൂടേ പോന്നിതു
കാണെക്കാണെക്കമനീയം.

കാടും പടലും വെണ്ണീറാക്കി-
ക്കനകക്കതിരിനു വളമേകി,

കഠിനമിരുമ്പുകുഴമ്പാക്കിപ്പല-
കരുനിരവാർത്തു പണിക്കേകി,

അറിവിൻതിരികൾ കൊളുത്തി,കലകൾ-
ക്കാവേശത്തിൻ ചൂടേകി,

മാലോടിഴയും മർത്ത്യാത്മാവിനു
മേലോട്ടുയരാൻ ചിറകുതകി,

പാരിൽ മനുഷ്യപുരോഗമനക്കൊടി
പാറിച്ചവയീപ്പന്തങ്ങൾ,

മെത്തിടുമിരുളിതിലെത്ര ചമച്ചു
പുത്തൻപുലരിച്ചന്തങ്ങൾ!

ധൃഷ്ടതകൂടുമധർമ്മശതത്തിൻ
പട്ടടതീർത്തൂ പന്തങ്ങൾ,

പാവനമംഗളഭാവിപഥത്തിൽ
പട്ടുവിരിച്ചൂ പന്തങ്ങൾ.

മർത്ത്യചരിത്രം മിന്നലിലെഴുതീ-
യിത്തുടുനാരാചാന്തങ്ങൾ!

പോയ്മറവാർന്നവർ ഞങ്ങൾക്കേകീ,
കൈമുതലായീപ്പന്തങ്ങൾ.

ഹൃദയനിണത്താൽത്തൈലം നൽകി,
പ്രാണമരുത്താൽ തെളിവേകി!

മാനികൾ ഞങ്ങളെടുത്തു നടന്നൂ
വാനിനെ മുകരും പന്തങ്ങൾ.

ഉച്ചലമാക്കീയൂഴിയെ, ഞങ്ങടെ-
യുജ്ജ്വലഹൃദയസ്പന്ദങ്ങൾ

അടിമച്ചങ്ങല നീറ്റിയുടപ്പാൻ,
അഭിനവലോകം നിർമ്മിപ്പാൻ

ആശയ്ക്കൊത്തു തുണച്ചൂ ഞങ്ങളെ-
യാളിക്കത്തും പന്തങ്ങൾ,

കൂരിരുളിൻ വിരിമാറു പിളർത്തി-
ച്ചോര കുടിക്കും ദന്തങ്ങൾ.

വാങ്ങുകയായീ, ഞങ്ങൾ കരുത്തൊടു
വാങ്ങുക വന്നീപ്പന്തങ്ങൾ!

എരിയും ചൂട്ടുകളേന്തിത്താരകൾ
വരിയായ് മുകളിൽപ്പോകുമ്പോൾ

ചോര തുടിക്കും ചെറുകയ്യുകളേ,
പേറുക വന്നീപ്പന്തങ്ങൾ!

എണ്ണീടാത്തൊരു പുരുഷായുസ്സുകൾ
വെണ്ണീറാകാം, പുകയാകാം,

പൊലിമയൊടന്നും പൊങ്ങുക പുത്തൻ
തലമുറയേന്തും പന്തങ്ങൾ!

കത്തിന വിരലാൽച്ചൂണ്ടുന്നുണ്ടവ
മർത്ത്യപുരോഗതിമാർഗ്ഗങ്ങൾ.

ഗൂഢതടത്തിൽ മൃഗീയത മരുവും
കാടുകളു,ണ്ടവ കരിയട്ടെ.

വാരുറ്റോരു നവീനയുഗത്തിൻ
വാകത്തോപ്പുകൾ വിരിയട്ടെ.

അസ്മദനശ്വരപൈതൃകമാമീ–
യഗ്നി വിടർത്തും സ്കന്ധങ്ങൾ.

ആകെയുടച്ചീടട്ടേ മന്നിലെ
നാകപുരത്തിൻ ബന്ധങ്ങൾ![1]

ചോര തുടിക്കും ചെറുകയ്യുകളേ,
പേറുക വന്നീപ്പന്തങ്ങൾ!

(കൊച്ചി വിദ്യാർത്ഥികോൺഗ്രസ്സ് വാരിക - 1948)

---

1. ഗോപുരത്തെഴുതുകൾ

ഊഞ്ഞാലിൽ*

ഒരു വെറ്റില നൂറു
    തേച്ചു നീ തന്നാലുമീ-
ത്തിരുവാതിരരാവു
    താംബൂലപ്രിയയല്ലോ.

മഞ്ഞിനാൽ ചൂളീടിലും
    മധുരം ചിരിക്കുന്നൂ
മന്നിടം; നരചൂഴും
    നമുക്കും ചിരിക്കുക!

മാമ്പൂവിൻ നിശ്വാസമേ-
    റ്റോർമ്മകൾ മുരളുമ്പോൾ
നാം പൂകുകല്ലീ വീണ്ടും
    ജീവിതമധുമാസം!

മുപ്പതുകൊല്ലം മുമ്പ്
    നീയുമീ മന്ദസ്മിത-
മുഗ്ദ്ധയാം പൊന്നാതിര-
    മാതിരിയിരുന്നപ്പോൾ

ഇതുപോലൊരു രാവിൽ-
    ത്തൂമഞ്ഞും വെളിച്ചവും
മധുവുമിറ്റിറ്റുമീ
    മുറ്റത്തെ മാവിൻചോട്ടിൽ

ആരുമേ കാണാതിരു-
    ന്നുഴിഞ്ഞാലാടീലേ നാം
നൂറു വെറ്റില തിന്ന
    പുലരി വരുവോളം?

---

* നാടകീയസ്വഗതാഖ്യാനരീതിയിൽ രചിച്ചത്.

ഇന്നുമാ മുതുമാവി-
    ന്നോർമ്മയുണ്ടായീ പൂക്കാ,-
നുണ്ണിതൻ കളിമ്പമൊ-
    രൂഞ്ഞാലുമതിൽക്കെട്ടീ.

ഉറക്കമായോ നേർത്തേ-
    യുണ്ണിയി?—ന്നുറങ്ങട്ടേ,
ചിരിച്ചു തുള്ളും ബാല്യം
    ചിന്തവിട്ടുറങ്ങട്ടെ.

പൂങ്കിളി കൗമാരത്തി-
    ന്നിത്തിരി കാലം വേണം
മാങ്കനികളിൽനിന്നു
    മാമ്പൂവിലെത്തിച്ചേരാൻ.[1]

വീശുമീ നിലാവിന്റെ
    വശ്യശക്തിയാലാകാം
ആശയൊന്നെനിക്കിപ്പോൾ
    തോന്നുന്നൂ, മുന്നേപ്പോലെ

വന്നിരുന്നാലും നീയീ-
    യുഴിഞ്ഞാൽപ്പടിയിൽ, ഞാൻ
മന്ദമായ്ക്കല്ലോലത്തെ-
    ത്തെന്നൽപോലാട്ടാം നിന്നെ.

ചിരിക്കുന്നുവോ? കൊള്ളാം,
    യൗവനത്തിന്റേതായ്, ക-
യ്യിരിപ്പുണ്ടിന്നും നിന-
    ക്കാ മനോഹരസ്മിതം!

അങ്ങനെയിരുന്നാലും,
    ഈയൂഞ്ഞാല്പടിയിന്മേൽ-
ത്തങ്ങിന ചെറുവെള്ളി-
    ത്താലിപോലിരുന്നാലും!

1. തീറ്റിക്കൊതിയുള്ള കാലഘട്ടത്തിൽനിന്നു ശൃംഗാരപ്രധാനമായ കാലഘട്ടത്തിലേക്ക് എത്തിച്ചേരാൻ.

കൃശമെൻ കൈകൾക്കു നി-
ന്നുദരം മുന്നേപ്പോലെ,
കൃതസന്തതിയായി
സ്ഥൂലമായ് നീയെങ്കിലും.

നമ്മുടെ മകളിപ്പോൾ
നൽക്കുടുംബിനിയായി
വൻപെഴും നഗരത്തിൽ
വാഴ്കിലും സ്വപ്നം കാണാം

ആതിരപ്പെണ്ണിന്നാടാ-
നമ്പിളിവിളക്കേന്തു-
മായിരംകാൽമണ്ഡപ-
മാകുമീ നാട്ടിൻപുറം!

ഏറിയ ദുഃഖത്തിലും,
ജീവിതോല്ലാസത്തിന്റെ
വേരുറപ്പിവിടേപ്പോൽ-
ക്കാണുമോ വേറെങ്ങാനും?

പാഴ്മഞ്ഞാൽച്ചുളീടിലും,
പഞ്ഞത്താൽ വിറയ്ക്കിലും,
പാടുന്നു, കേൾപ്പീലേ നീ?
പാവങ്ങളയൽസ്ത്രീകൾ?

പച്ചയും ചുവപ്പുമാം
കണ്ണുമായ്, പോരിൻവേട്ട-
പ്പക്ഷിപോലതാ പാറി-
പ്പോകുമാ വിമാനവും

ഒരു ദുഃസ്വപ്നംപോലെ
പാഞ്ഞുമാഞ്ഞുപോ,[2]മെന്നാൽ
ത്തിരുവാതിരത്താര-
ത്തീക്കട്ടയെന്നും മിന്നും,[3]

---

2. രണ്ടാം ലോകമഹായുദ്ധത്തിന്റെ അന്തരീക്ഷം - 1944-'45.

3. "തിരുവാതിര തീക്കട്ടപോലെ" എന്നു പഴമൊഴി.

മാവുകൾ പൂക്കും, മാന-
ത്തമ്പിളി വികസിക്കും,
മാനുഷർ പരസ്പരം
സ്നേഹിക്കും, വിഹരിക്കും.

ഉയിരിൻ കൊലക്കുടു-
ക്കാക്കാവും കയറിനെ-
യുഴിഞ്ഞാലാക്കിത്തീർക്കാൻ
കഴിഞ്ഞതല്ലേ ജയം?

ആലപിക്കുക നീയു-
മതിനാൽ മനം നൃത്യ-
ലോലമാക്കുമാഗ്ഗാനം,
"കല്യാണി കളവാണീ–"[4]

പണ്ടുനാളെപ്പോലെന്നെ
പ്പുളകംകൊള്ളിച്ചു നിൻ
കണ്ഠനാളത്തിൽ സ്വർണ്ണ-
ക്കമ്പികൾ തുടിക്കവേ.

മെല്ലവേ നീളും പാട്ടി-
ന്നീരടികൾതന്നൂഞ്ഞാൽ-
വള്ളിയിലങ്ങോട്ടിങ്ങോ-
ട്ടെൻ കരളാടീടവേ,

വെൺനര കലർന്നവ-
ളല്ല നീയെൻ കണ്ണിന്നു
'കണ്വമാമുനിയുടെ
കന്യ'യാമാരോമലാൾ;

പൂനിലാവണിമുറ്റ-
മല്ലിതു, ഹിമാചല-
സാനുവിൻ മനോഹര-
മാലിനീനദീതീരം;

---

4. "കല്യാണീ കളവാണീ ചൊല്ലു നീയാരെന്നതും
....
കണ്വമാമുനിയുടെ മകളല്ലോ ഞാൻ" ഇത്യാദി.

വ്യോമമല്ലിതു സോമ-
താരകാകീർണ്ണം, നിന്റെ-
യോമനവനജ്യൗത്സ്ന
പൂത്തുനിൽക്കുവതല്ലോ.

നിഴലല്ലിതു നീളെ-
പ്പുള്ളിയായ് മാഞ്ചോട്ടിൽ, നി-
ന്നിളമാൻ ദീർഘാപാംഗൻ
വിശ്രമിക്കുകയത്രേ!

പാടുക, സർവ്വാത്മനാ
ജീവിതത്തിനെ സ്നേഹി-
ച്ചീടുവാൻ പഠിച്ചോരീ
നമ്മുടെ ചിത്താമോദം

ശുഭ്രമാം തുകിൽത്തുമ്പിൽ-
പ്പൊതിഞ്ഞു സൂക്ഷിക്കുമീ-
യപ്സരോവധു, തിരു-
വാതിര, തിരിക്കവേ

നാളെ നാം നാനാതരം
വേല[5]യെക്കാട്ടും പകൽ-
വേളയിൽ ക്ഷീണി,ച്ചോർമ്മി,-
ച്ചന്തരാ ലജ്ജിക്കുമോ?

എന്തിന്? മർത്ത്യായുസ്സിൽ
സാരമായതു ചില
മുന്തിയ സന്ദർഭങ്ങൾ-
അല്ല മാത്രകൾ—മാത്രം.

ആയതിൽ ചിലതിപ്പോ-
ളാടുമീയൂഞ്ഞാലെണ്ണീ
നീയൊരു പാട്ടുംകൂടി-
പ്പാടിനിർത്തുക, പോകാം.

■

---

5. നിർവ്വഹിക്കേണ്ടതായ കൃത്യങ്ങൾ

പടക്കളത്തിലെ പൂമ്പാറ്റ*

വീണ്ടും പൊട്ടിയ പുണ്ണുകൾപോലെ
നീണ്ട കിടങ്ങുകൾതൻ നടുവിൽ,

ചേറും മഞ്ഞും ചോരയുമിഴുകി-
ച്ചേരും മാനവരണഭൂവിൽ,

അഞ്ചിതനീലക്കണ്ണുതുറന്നൂ
പുഞ്ചിരിതൂകിന പൂക്കാലം.

നൃത്തം ചെയ്തൂ ചെറിയൊരു ശലഭം
ശുദ്ധകുതൂഹലകല്ലോലം!

പാത്തു കിടങ്ങിൽ മയങ്ങിയിരിക്കേ-
പ്പാർത്തു യുവാവാം പടയാളി,

ആശകണക്കു മനോഹരമായെഴു-
മാ ശലഭത്തിൻ നവകേളി.

"പൊട്ടിവിരിഞ്ഞ ശരൽക്കാലത്തിൻ
ചൊട്ടയിലാടും ചെറുപൂവേ,

എങ്ങനെ വന്നൂ, എന്തിനു വന്നൂ,
സംഗരഭുവി നീ പൂമ്പറവേ?

വാടകൾ കീറി,ത്തീവെടിയുണ്ടകൾ
വാരിവിതയ്ക്കും വയലാകെ,

രക്തച്ചെമ്പൂവാടിയിലെന്തിനു
നൃത്തം ചെയ്വൂ നീയഴകേ!

ശാന്തിയുഗത്തിൻ സ്വപ്നംപോലേ
നീന്തിവരും ചെറുപൊൻചിറകേ!

---

* യൂറോപ്പിലെ കിടങ്ങുയുദ്ധ(Trench warfare)ത്തിന്റെ പശ്ചാത്തലത്തിൽ.

പാഴ്പ്പുകമൂടും ഹേമന്തത്തിൻ
പാർപ്പിടമീ നിലമെന്നാലും

എന്മനമോരു,ന്നിക്കാലം മധു-
ചുംബനലോലം പൂക്കാലം!

നിശ്ശബ്ദം, പരമാഹ്ലാദത്താ-
ലസ്വസ്ഥം ചെറുകരൾപോലെ,

പാറുന്നുണ്ടാമെൻ നാട്ടിൽച്ചെറു-
ശാരദശലഭം വഴിനീളെ.

മന്നിനെ മുകരും വെൺമുകിലണിപോൽ
പുന്നകൾ പൂത്തോരടിവാരം;

കുന്നിൻചെരുവിൽക്കുഞ്ഞാട്ടിൻപടി
തുള്ളിടുമരുവിത്തെളിനീരം;

ലജ്ജയൊടേ വനരോജകൾ പൂക്കും
പച്ചവിരിച്ചൊരു മൈതാനം;

അവിടെ മറന്നു പറന്നുനടക്കും
ശലഭ,മുഷസ്സിൻ സന്താനം.

ആവിധമാഗതമായെൻ നാട്ടിൻ
താഴ്വരതോറും പൂക്കാലം.

ഞാനെമ്പാടും കേൾപ്പൂ കരളാൽ
വാനമ്പാടികൾതൻ ഗാനം!

പ്രിയമെഴുമവിടെക്കർഷകവീട്ടിൻ
നയനവിരുന്നാം പൂവനിയിൽ

കൂടുന്നുണ്ടാമൊരുവളും[1]-ഓർമ്മകൾ
കൂടുപൊളിക്കും വേദനയിൽ

ഒരു ഹൃദയത്തിൻ സ്പന്ദനമല്ലേ
ചെറുപൂമ്പാറ്റേ നിൻ ചിറകിൽ?"

തത്ര പറന്നു കിതപ്പൊടിരുന്നൂ
ചിത്രപതംഗം തെല്ലരികിൽ.

---

1. ഭടന്റെ പ്രേമഭാജനമായ യുവതി.

"സഞ്ചിതരാഗപരാഗം മിന്നും
പൊൻചിറകിണയേ, പോവാതെ.

പൂവുടലിതു ഞാൻ സ്പർശിക്കട്ടേ,
ഭാവനപോലെ, നോവാതെ."

അങ്ങു കിടങ്ങിൽത്തലപൊക്കിത്ത-
ന്നംഗുലി നീട്ടീ പടയാളി,

ഓമനതൻ മിഴി പൊത്താനൊളിവിൽ-
ക്കാമുകനായുന്നതുപോലെ.

അരിനിര പങ്ങും വാടയിൽനിന്ന-
ങ്ങൊരുവെടി പൊട്ടീ-സ്ഥാനത്തിൽ![2]

പാറി മറഞ്ഞു ചിത്രപതംഗം
ശാരദനിർമ്മലവാനത്തിൽ.

■

---

2. ആ യുവഭടൻ കൊല്ലപ്പെട്ടു.
കിടങ്ങുകളിൽ പതുങ്ങി കാത്തിരിക്കുന്ന ഭടന്മാരിൽ ഒരുവൻ യദൃച്ഛയാ എങ്ങാനും ഒന്നു തല പൊക്കിയാൽ അര കിലോമീറ്റർ അകലെ എതിർ കിടങ്ങിലിരിക്കുന്ന ശത്രുയോധൻ ഉന്നംപിഴയ്ക്കാതെ അവനെ വെടി വെച്ചു കൊല്ലാറുണ്ട്.

മലതുരക്കൽ*

കല്ലുവെട്ടുവോ,രന്തിവെയ്ൽ ചായും
കള്ളുഷാപ്പിലിരുന്നു മോന്തുമ്പോൾ

തൻമുഖം ചുളിച്ചോതിനാൻ വൃദ്ധൻ,
"എന്മകനേ,യിതെന്തൊരു യത്നം?

പക്ഷികൾക്കും മുറിച്ചു പാറീടാൻ
പറ്റുകി,ല്ലത്ര പോരുമിശ്ശൈലം

ആകവേ നാം തുരക്കണംപോലും
ആവിവണ്ടികൾക്കൂളിയിട്ടോടാൻ.

നെറ്റിവേർപ്പിലുരുകുവാ,നുപ്പിൻ-
കട്ടയോ കുലപർവ്വതകൂടം?

നാടു നാകമാക്കീടുവാൻ വെമ്പും
നാഥരേല്പിച്ചൊരീപ്പണി കൊള്ളാം!

മാമലപ്പെരുമ്പള്ളയിൽ മുട്ടി
മാനുഷായുസ്സുടയ്ക്കുവാൻ മാത്രം!"

പാനപാത്രം കമഴ്ത്തിയാ വൃദ്ധ-
നാ നിലത്തൊന്നു കാർക്കിച്ചു തുപ്പി!

പുത്രനോതി, "ഞാൻ വിശ്വസിക്കുന്നൂ,
മർത്ത്യവീര്യമീയദ്രിയെ വെല്ലും.

എത്ര കാല,മായീ മല, നാട്ടിൻ
രക്തനാഡിയെബ്ബന്ധിച്ചു നില്പൂ!

രണ്ടു ഭാഗവും നിന്നു നാം കല്ലു
തുണ്ടു തുണ്ടായ്ത്തുരന്നടുത്തീടിൽ

ഏറെനാൾക്കകമീ മഹാശൈലം
ദ്വാരമാർഗ്ഗം തുറന്നൊരു സൗധം."

---

* മാക്സിംഗോർക്കിയുടെ ഒരു ചെറുകഥ വായിച്ച ഓർമ്മയിൽനിന്ന്.

പോയി പിറ്റേന്നുമദ്രിതൻ രണ്ടു
താഴ്വരവഴിയായിരുസംഘം-

ചെത്തുളികൾ കൂന്താലികൾ കൈക്കോ-
ട്ടിത്തരം പണിയായുധമാർന്നോർ,

പാടുവോർ ചിലർ, ഈർഷ്യയാൽ മൗനം
തേടി നീങ്ങുമധോമുഖരന്യർ!

സംപ്രയുക്തമാം സേനകൾപോലാ
വൻപ്രകൃതിതൻ ദുർഗ്ഗം തുരക്കാൻ.

കൊല്ലമൊന്നുപോയ്, മേളിച്ചിതന്നും
കള്ളുഷാപ്പിലാക്കൽത്തൊഴിലാളർ.

തൊണ്ടിലെ മരനീരിനാൽ വീണ്ടും
തൊണ്ടനീരിനു നിർവൃതിയേകി

അത്തരുണനാം പുത്രനോടോതീ
വൃദ്ധ,"നെന്തു നിഷേധമീ യത്നം?

എങ്ങു പീനപുരാതനശൈലം?
എങ്ങു നമ്മളീ മർത്ത്യപ്പുഴുക്കൾ?

അബ്ദമൊന്നു പോയ്, തിന്നീല നമ്മ-
ളദ്രിതൻ പുറംപോളകൾപോലും

ചൊല്ലിടുന്നു ഞാൻ, നമ്മൾതൻ പ്രേത
ക്കല്ലുമാടമായ്ത്തീരുമീശ്ശൈലം.

മർത്ത്യനാഗ്രഹം പർവ്വതം നീല-
മുത്തുപോലെ തുളച്ചു നൂൽ പാവാൻ;

നൽ പ്രകൃതിയെ,യീശനെ, നേർക്കും
തൽ പ്രയത്നമോ തൻ കുഴിവെട്ടൽ."

പുത്രനോതി, "ഞാൻ വിശ്വസിക്കുന്നൂ,
മർത്ത്യവീര്യമീയദ്രിയെ വെല്ലും.

കാരിരുമ്പിനും കല്ലിനും മീതേ
നീറിനില്പീലേ പൗരുഷനാളം?

അല്പമെങ്കിലും ചെയ്തു നാ,മത്ര
ലബ്ധമായ് ജയത്തിൻ പിടിവള്ളി,

നാമിരുവശം നിന്നിതേമട്ടിൽ-
ത്തീമരുന്നുമുരുക്കുമായ് നേർക്കിൽ

ഹാ! വഴിതരും—അബ്ദങ്ങളേറെ-
യാകിലാകട്ടെ—പർവ്വതഭിത്തി.

ആ വഴിയേ വിഭൂതികൾ നെയ്യു-
മാവിവണ്ടി തന്നോട[1]ങ്ങളോടും."

പോയി പിന്നേയുമദ്രിതൻ രണ്ടു
താഴ്‌വരവഴിയായിരുസംഘം.

ക്രൂരഗൈരികഗൗരവം കാരും
വീരമാനുഷമൂഷികവർഗ്ഗം.

മേടുതോറുമൃതുക്കൾതൻ പിമ്പേ
മേഞ്ഞുമേഞ്ഞുപോയെത്രയോ നാൾകൾ.

വിശ്വരംഗത്തിലേറ്റിപോൽ മാറ്റം
വത്സരങ്ങൾതൻ കാല്പെരുമാറ്റം.

കേട്ടിതപ്പൊഴും പൗരുഷം കുന്നോ-
ടേറ്റുമുട്ടും പരുഷമാം ധ്വാനം,

കേട്ടിതപ്പൊഴും കല്ലോടു കല്ലർ
പാട്ടു പാടും വിദൂരമാം നാദം.

കൊണ്ടുപോയ്ച്ചില കൈകളെ രോഗം[2]
പിണ്ഡമായ്ച്ചിലർ പാറവീ,ണേവം

ആ മലയുതിർക്കല്ലുകൾ പൊങ്ങീ
ഗ്രാമഭൂവിലെ പ്രേതപ്പറമ്പിൽ.[3]

മുന്തിവന്നിതെന്നാകിലും കുന്നിൽ
പിൻതലമുറ പിക്കാസ്സെടുപ്പാൻ.

വായ്പൊടാളിടും പന്തങ്ങൾ, കല്ലിൽ-
ത്തീപ്പൊരി പെറും തീക്ഷ്ണായുധങ്ങൾ,

---

1. ഓടം = നൂൽ പാവി വസ്ത്രം നെയ്യുവാൻ ഉപയോഗിക്കുന്ന ഉപകരണം.
2. ചില തൊഴിലാളികളെ രോഗങ്ങൾ ഒടുക്കി.
3. ആ പാറ പൊളിച്ച കല്ലുകൾതന്നെ ശ്മശാനങ്ങളിൽ സ്മാരകഫലക ങ്ങളാക്കപ്പെട്ടു.

ദീപ്തവിശ്വാസ,മെന്നിവയല്ലിൽ-
വീർപ്പുമുട്ടിക്കുമാത്തുരങ്കത്തിൽ,

വേർപ്പു ചോരയും വെള്ളവും മേളി-
ച്ചീർപ്പമാളുമാ ദുർവ്വാതകത്തിൽ,

ചെറ്റുചെറ്റായടുത്തിതു തമ്മിൽ
വെട്ടി വെട്ടി വെ,ന്നായിരുസംഘം.

പന്തിരണ്ടു പോയാണ്ടുകൾ, ഉച്ച,-
യ്ക്കന്തിയിങ്കലോ, നിശ്ചയമില്ല,-

അദ്രിഗഹ്വരസീമയിൽക്കേട്ടാ-
നത്തരുണനാം കൽത്തൊഴിലാളി,

അത്ര നേർത്തൊരാപ്പർവ്വതഭിത്തി-
യ്ക്കപ്പുറത്തുനിന്നായുധനാദം.

തൽപണിക്കരുവിട്ടവൻ കൂവീ:
“അപ്പനെന്നൊച്ചയങ്ങു കേൾക്കാമോ?”

അപ്പുറത്തുനിന്നോതിനാനച്ഛൻ:
“അപ്പനേ,യെനിക്കസ്സലായ് കേൾക്കാം.”

പിന്നെ നീണ്ടതാഗ്ഗദ്ഗദമേവം:
“എന്മകനേ, ഞാൻ വിശ്വസിക്കുന്നു.”

■

ഓണപ്പാട്ടുകാർ

അരിമയിലോണപ്പാട്ടുകൾ പാടി-
    പ്പെരുവഴിതാണ്ടും കേവല, രെപ്പൊഴു-
മരവയർ പട്ടിണിപെട്ടവർ, കീറി-
    പ്പഴകിയ കൂറ പുതച്ചവർ ഞങ്ങൾ;

നരയുടെ മഞ്ഞുകൾ ചിന്നിയ ഞങ്ങടെ
    തലകളിൽ മങ്ങിയൊതുങ്ങിയിരിപ്പൂ
നിരവധി പുരുഷായുസ്സിന്നപ്പുറ-
    മാളിയൊരോണപ്പൊൻകിരണങ്ങൾ.

2

പഴയ സുഗന്ധദ്രവ്യശതത്തിൻ
    പരിമളമോലും കേരളനാട്ടിൽ,
പലവഴി ഭിക്ഷുപരമ്പര മേളി-
    ച്ചൊഴുകും ഗംഗാസമതലഭൂവിൽ.

നീരവനഗ്നഗഭീരമഹാമരു-
    ഭൂമിയിലുയരും കൂടാരങ്ങളിൽ,
നീലനദീ[1] തടതാലവനങ്ങളിൽ,
    നിത്യമനോഹരയവന[2] ദ്വീപിൽ,

ഏറെ മുഖച്ചുളിവേലും ചീനയി-
    ലേഴകൾ പുഞ്ചകൾ കാക്കുമിടങ്ങളി,-
ലേടലർമൊട്ടുകൾപോലെ നിലാവണി-
    മേടകളാർന്ന കിഴക്കൻപുരിയിൽ[3]

അശ്വസഖന്മാർ 'ജിപ്സി'കൾ തീക്കാ-
    ഞ്ഞമരും റഷ്യൻമൈതാനങ്ങളി,-

---

1. ഈജിപ്തിലെ നൈൽനദി.
2. ഗ്രീസ്
3. ബാഗ്ദാദ് മുതലായവ

ലത്ഭുതമായക[4]സംസ്കാരത്തിന-
        ടിത്തറ പാകിയ ദക്ഷിണഗിരിയിൽ,

പല ദേശത്തിൽ, പല വേഷത്തിൽ-
        പ്പലപല ഭാഷയിൽ, ഞങ്ങൾ കഥിപ്പൂ
പാരിതിലാദിയിലുദയംകൊണ്ടു പൊ-
        ലിഞ്ഞൊരു പൊന്നോണത്തിൻ ചരിതം.

ഞങ്ങടെ പാട്ടിനു കൂട്ടു കുടം തുടി
        കിണ്ണം തംബുരുവോടക്കുഴലും
ഞങ്ങടെ പാട്ടിൽത്തേനും പാലും
        തെങ്ങിളനീരും നറുമുന്തിരിയും!

3

പണ്ടു ചരിത്രമുദിക്കും മുമ്പു,മ-
        തങ്ങൾ കരഞ്ഞു പിറക്കുംമു,മ്പൊരു
മന്നവർമന്നൻ വാണിതു തൻ കുട-
        വാനിനു കീഴിലൊതുങ്ങീ വിശ്വം,

വന്മലപോലൊരു ഭൂപൻ, മന്ത്രികൾ
        കുന്നുകൾപോ,ലവരറിവിന്നുറവിൻ
വെൺനുരപോൽ നറുപുഞ്ചിരി ചിന്നി നി-
        റന്നൊരു വെള്ളത്താടി വളർന്നോർ.

ആവിധമഗ്രിമലോകരരോഗ-
        മനോഹരദേഹ, രുദാരമനസ്സുകൾ,
ദേവകളറിയപ്പെട്ടിട്ടില്ലാ-
        ദ്ധരണിയിലുത്തമപൂർണ്ണമനുഷ്യർ.

അവരുടെ മുമ്പിൽ പച്ചവിരിച്ചു സ-
        മസ്തപദാർത്ഥമെടുത്തു വിലക്കീ-
യവനി, വിശിഷ്ടമഹാതിഥികൾക്കു വി-
        ദഗ്ദ്ധകുലീനഗൃഹസ്ഥകണക്കെ.

പൂക്കളമൊന്നിൽ പൂനിരപോലൊരു
        ഗായകസംഘമുതിർക്കും പാട്ടിൽ

4. തെക്കേ അമേരിക്കയിലെ പെറുവിയൻ പർവ്വതങ്ങൾക്കിടയ്ക്കു തഴച്ച മായൻ സംസ്കാരം.

ശ്ലാഘ്യതരം പല ബന്ധുരമാം സ്വര-
രാഗവിശേഷമിണങ്ങും പോലെ.

അലിഖിതമായൊരു ധർമ്മം പാലി-
ച്ചുന്നതവിസ്തൃതചിന്താകർമ്മ-
പ്പൊലിമയിലന്നു പരസ്പരമൊത്തു പു-
ലർന്നു മനുഷ്യർ മഹാസത്വന്മാർ!

സ്വൈരതയേൽക്കിലുമവിടെസ്സുദതികൾ
സൗഹൃദമധുരപവിത്രചരിത്രകൾ.
വീരതകൊൾകിലുമവിടെപ്പുരുഷർ
വിനയവിശാരദർ, കരുണാമൂർത്തികൾ,

കുശമുനപോലാം ധിഷണകളവിടെ-
ക്കുടിലതയെന്യേ മിന്നീ, വാർദ്ധക-
ദശയിലുമങ്ങു വികസ്വരയൗവന-
രസികതയാർന്നു വിളങ്ങീ കരൾകൾ.

അവരുടെ കലകൾക്കുറ്റസദസ്സായ്
ഗൗരവമുദ്രിതമദ്രിസമൂഹവു,-
മലകൾ തിമിർക്കും കടലും, സൂക്ഷ്മവി-
കാരതരംഗിതതാരാപഥവും,

ദിവ്യത പൂജിക്കായ്കിലുമവരുടെ
ജീവിതമൊക്കെയൊരാരാധനയായ്,
ഉർവ്വിയിലവരുടെ യുഗമോ സുകൃത-
പ്പൂക്കളൊടുങ്ങാത്തിരുവോണവുമായ്!

4

ആവിധമായിരമാണ്ടു വസന്തപ-
രാഗമണിഞ്ഞു പറക്കെ,പ്പെട്ടെ-
ന്നാഴി വളർന്നു മഹീതലമഹിമക-
ളാകെ വിഴുങ്ങി മടങ്ങീപോലും.

അപരപുരാതനർ ചൊൽവൂ, വാമന-
നാദിമദേവൻ വന്നു മഹീശനെ-
യർത്ഥനചെയ്തു ചതിച്ചു ചവിട്ടിയി-
രുട്ടിലണച്ചു മുടിച്ചാനെന്നും.

പൊരുളറിവീല, യുഗങ്ങൾ കഴിഞ്ഞു ച-
    രിത്രം കുഞ്ഞിക്കണ്ണു തുറക്കെ,-
ദ്ധരയുടെ ശിരസി ലസിച്ചൂ നരപോൽ
    ദേവപുരോഹിതദുഷ്പ്രഭുവർഗ്ഗം!

പൃത്ഥ്വിയിലന്നു മനുഷ്യർ നടന്ന പ-
    ദങ്ങളിലിപ്പൊഴധോമുഖവാമനർ,
ഇത്തിരിവട്ടംമാത്രം കാണ്മവർ,
    ഇത്തിരിവട്ടം ചിന്തിക്കുന്നവർ,

മൂവടിമണ്ണിനിരന്നു കവർന്നു, വ-
    ധിച്ചു, നശിപ്പോ, രല്പസുഖത്തിൻ
പാവകളി,ച്ചതു തല്ലിയുടച്ചു, ക-
    രഞ്ഞു മയങ്ങിയുറങ്ങീടുന്നോർ.

സൽഗുണമഹിമ ചവിട്ടിയമർത്തി
    വസുന്ധരയൊക്കെയസുന്ദരമാക്കി
സ്വർഗ്ഗപഥത്തിൽ നയിപ്പാനന്ധ-
    വിരക്തിയെ നിന്നുവിളിച്ചീടുന്നോർ.

പെരുകിടുമിരുളിലുമെന്നാൽ ഞങ്ങടെ
    തലകളിൽ മങ്ങി മിനുങ്ങിയിരിപ്പൂ
നിരവധി പുരുഷായുസ്സിന്നപ്പുറ-
    മാളിയൊരോണപ്പൊൻകിരണങ്ങൾ.

അവകൾ കിനാവുകളെന്നാം ശാസ്ത്രം,
    കളവുകളെന്നാം ലോകചരിത്രം:
ഇവയിലുമേറെ യഥാർത്ഥം ഞങ്ങടെ
    ഹൃദയനിമന്ത്രിതസുന്ദരതത്ത്വം.

വ്യക്തം ഞങ്ങൾക്കപ്പൊരുൾ, ഓർമ്മക-
    ളങ്ങനെ മൂളുമൊരഴകിൻ ദൗത്യം
നിത്യം പാരിൽക്കലയുടെ പാന്ഥ-
    ർക്കരുളുകയാണൊരു മധുരാസ്വാസ്ഥ്യം.

അത്രയുമല്ല, പുരാതന കാഞ്ചന-
    കാലം പുൽകിയ കണ്ണാൽ, ഭാവിയു-
രുത്തിരിയുന്ന വിദൂരതയിങ്കലു-
    മൊരു തിരുവോണം കാൺമൂ ഞങ്ങൾ.

അധുനാതനയുഗമനുജാവലിയുടെ-
യനുതാപാർഹജനുസ്സു കുഴഞ്ഞൊരു
മഹിതാകൃതിയാം മാനവജീവിത-
ശില്പമുദിപ്പതു കാൺമൂ ഞങ്ങൾ.

നഷ്ടവസന്തസ്ഥലികളിൽനിന്നു സ-
മൃദ്ധവസന്തതടങ്ങളിലേ,ക്കിള-
വറ്റു പറക്കും പക്ഷികൾ[5]പോ,ലിരു-
സന്ധ്യതൊടുക്കും താരകൾപോലെ,

പോയതിൽനി,ന്നിനിയെന്നോ വിരിയു-
ന്നായതിലേക്കു കുതിക്കുകയാണി-
ന്നായതവിശ്വാസത്തൊടു ഞങ്ങടെ
ഭാസുരചിന്താസങ്കല്പങ്ങൾ.

ചേണൊടു കാലധനുസ്സിൽ തങ്ക-
ക്കോണുകൾ ചേർത്തു മുറുക്കിക്കെട്ടിയ
ഞാണുകൾ ഞങ്ങടെ പാട്ടുകൾ, ഇളയെ-
പ്പൂണുക ഞങ്ങടെ വില്ലടിനാദം!

കാണുക, ദേവകൾതൻ പരിഹാസം
പോലെ നിലാവൊളി ചിന്നിയ പാരിൻ
സാനുതലങ്ങളിലൂടെ നിവർന്നു
നടന്നു വരുന്നൊരു തേജോരൂപം.

ആ വരവിങ്കലുണർന്നു ചിരിപ്പൂ
പൂവുകൾ!- ഞങ്ങടെ സാക്ഷികളത്രേ
പൂവുകൾ! പോവുക നാമെതിരേല്ക്കുക
നമ്മളൊരുക്കുക നാളെയൊരോണം!

(പരിഷൽ ദ്വൈമാസികം വിശേഷാൽപ്രതി-1954)

∎

---

5. ചിലതരം പക്ഷികൾ ഇങ്ങനെ കൂട്ടത്തോടെ ദേശം മാറി ആയിരമായിരം നാഴിക സഞ്ചരിക്കാറുണ്ട്.

കൊറിയയിൽ, സീയൂളിൽ[1]

കൊറിയയിൽ, സീയൂളി, ലൈക്യരാഷ്ട്രങ്ങൾതൻ
കൊടി വീണ്ടും പകപൂണ്ടു പാറിനില്ക്കെ,

അനവധി ചുകപ്പരെബ്ബന്ധിച്ചു നിഹനിച്ചി-
തവർ-അവിടെ ഞാനുമുണ്ടായിരുന്നു

കൊലനിലത്തിങ്കലേക്കൊരുദിനം നീതമായ്
കൊറിയരാം പൗരർതന്നേകസംഘം:

അവരെ മൃതിയൂട്ടുവാൻ നിറയുടയതോക്കുമാ-
യെതിരെയണിയായ് നിന്നു യോധസംഘം

ഒരു ചോദ്യ,മൊരു മൗന, മൊരു വെടി,യമ്മട്ടി-
ലിരുപേർ പുകഞ്ഞുപോ,യേകൈകരായ്.

മരണവും ലജ്ജിച്ചിരിക്കണം, ചാരെ നി-
ന്നൊരു പത്രലേഖകനേവമോതി:

"സമതയുടെ പൂർണ്ണസ്വതന്ത്രരാജ്യത്തേക്കു
സരണിയീപ്പഹയർക്കിതെന്തെളുപ്പം![2]"

കൊലനിലക്കുരുതിക്കു പിന്നെ മൂന്നാമതായ്
നിലകൊൾവതൊരു തമ്പിയായിരുന്നു.

അവളഗ്നിശിഖപോലെ നീണ്ടുതെളിഞ്ഞുള്ളൊ-
രഴകറ്റ പെൺകൊടിയായിരുന്നു.

ഒരു പക്കിലേറാപ്പുതൊട്ടിലിൽ തൽപ്രാണ-
നരുമക്കിടാവും കിടന്നിരുന്നു.

---

1. ഒരു അമേരിക്കൻ പത്രറിപ്പോർട്ടിനെ അടിസ്ഥാനമാക്കി എഴുതിയത്. ഐക്യരാഷ്ട്ര സേനകൾ ദക്ഷിണകൊറിയയിലെ സീയുൾ നഗരം രണ്ടാമതും പിടിച്ചപ്പോൾ ഇതുപോലെ പല ദാരുണസംഭവങ്ങളുമുണ്ടായി

2. സ്ഥിതിസമത്വം വരുവാൻ ഏറ്റവും നിരായാസമായ മാർഗ്ഗം മരണംവരിക്കലാണെന്നു ക്രൂരമായ ഫലിതം.

പതിതലോകത്തിന്റെ പൈതൃകം പേറുന്ന
പുതിയ ലോകത്തിലെപ്പിഞ്ചുപൗരൻ!

"പറയുക, ചാകാതിരിക്കുവാൻ വല്ലതും
പറയുവാനുണ്ടെങ്കി,"ലെന്നു കേൾക്കെ,

അവളോതീ, "യപരാധമില്ലെനിക്കെൻ നാഥ-
നരിയോരു കമ്മ്യൂണിസ്റ്റാണു, പക്ഷേ,

പിടികിട്ടീലല്ലിയദ്ദേഹത്തെ? യെൻ നെഞ്ചിൽ
വെടിവെപ്പി, നവിടെയുണ്ടെന്റെ നാഥൻ."

കരിവർണ്ണമുഖമൂടി ബന്ധിച്ചു കാവലാൾ
ഇരുൾചെന്നു തൻമിഴി പൊത്തിനിന്നു;

അടിയൊന്നു മുന്നോട്ടുവച്ചവൾ വാനിലേ-
ക്കതിദൃഢം തന്മുഖം പൊക്കിനിന്നു.

ഒരു ഭടനിളകയി,ല്ലൊരു കണ്ണു ചിമ്മിയി,-
ല്ലരികിലീ,ഞാനുമുണ്ടായിരുന്നു!

അവൾ പാടി നൂറ്റാണ്ടു കാലമായ് കൊറിയയി-
ലെവിടെയും കേൾക്കുമാ പ്രേമഗാനം:

"മരതകത്താഴ്വര-
പ്പുഞ്ചകൾ ചൂഴുന്ന
മലകളേ, പുഴകളേ,
സാക്ഷിനിൽക്കൂ.

മലയെല്ലാം തൂർന്നാലും
പുഴയെല്ലാം വാർന്നാലും
വിലയിപ്പതുണ്ടോ
നരാനുരാഗം?

മലകളും പുഴകളും
മാർഗ്ഗം തടുക്കട്ടെ,
മറുപുറം ചെല്ലും
നവാനുരാഗം.

മതമില്ല, ദേശമി-
ല്ലുച്ചനീചത്വമി,-
ല്ലതിനേകസാമ്രാജ്യ-
മാണു ലോകം!

അതു കൊയ്ത്തുപാടത്തു
കുരുവിയായ് പാടുന്നി-
തതു വീട്ടിലഗ്നിയാ-
യാളിനിൽപ്പൂ.

അതു പൊതിക്കാളപോ-
ലൊപ്പം നടക്കുന്നു
ഹൃദയത്തിലെപ്പൊഴു-
മാലപിപ്പു.

ഇളയശരൽക്കാറ്റി-
ലിളകുന്ന മൂളകൾത-
ന്നിളനീലപ്പച്ചയാ-
മിലകൾപോലെ!

ഒരു 'ചെറി'പ്പൂവി-
ലൊതുങ്ങുമതിൻ ചിരി;
കടലിലും കൊള്ളി-
ല്ലതിന്റെ കണ്ണീർ!

ഉദയത്തുടുപ്പിലേ-
ക്കാദ്യത്തെ ഞാററ കേ-
ണുയരാൻ തുടങ്ങിയ
നാൾമുതൽക്കേ,

ഉലകിൻ സനാതന-
യാതന സംഗ്രഹി-
ച്ചുരുകുന്ന പെൺകരൾ
പാടിനിൽപ്പൂ:

“പുതുമണ്ണുപോലുല-
ന്നുഴറുമെന്നാത്മാവിൽ
പുളകം മുളപ്പിച്ചോ-
രെന്റെ മാരാ,

അവിടുത്തെ ബന്ധുക്ക-
ളെന്റെയും ബന്ധുക്ക-
ളവിടുത്തെസ്സേവനം
സ്വർഗ്ഗസൗഖ്യം

അവിടുന്നു ഭേസിടും
ഭാരമാണെൻ ഭാര-
മവിടുത്തെ മാർഗ്ഗ-
മെനിക്കു മാർഗ്ഗം.

ഒഴുകിടും ചോരയാ-
ലവിടേക്കു മംഗള-
മെഴുതുവാൻ കഴിവതാ-
ണെന്റെ ഭാഗ്യം!"

അവൾ നിർത്തി, മുഖമൊന്നു താഴ്ത്തി,യാ നിസ്തബ്ധ-
നിമിഷത്തിലേറാപ്പിനുള്ളിൽനിന്നും

അലറുന്ന കുഞ്ഞിനെച്ചെന്നേറ്റെടുക്കുവാ-
നരികിലീ ഞാനുമുണ്ടായിരുന്നു.

വെടി പൊട്ടി,യൊരു ധീരവത്സയെ ധാത്രി, തൻ
വിരിവുറ്റ മാറിലേക്കേറ്റു വാങ്ങി.

■

പെണ്ണും പുലിയും

കാട്ടി, യുഷസ്സൊരു മൈലാഞ്ചിക്കൈ
കാക്ക കരഞ്ഞൂ തേന്മാവിൽ:

"താമസമെന്തിനിയമ്മാളൂ? കൺ-
താമരയല്ലി തുറന്നേളൂ!

വിരുതെഴുമാങ്ങളമാരവർ നാത്തൂൻ-
വീടുകൾവിട്ടു വരുംമുമ്പേ,

എങ്ങുമടിച്ചുതളിക്കേണ്ടേ?യതി-
ഭംഗിയിലൂണിനൊരുക്കേണ്ടേ?"

ചോറ്റിൻ കലവുമെടുത്താ മാവിൻ
ചോട്ടിലണഞ്ഞാളമ്മാളൂ.

നിത്യവുമുണ്ടാക്കാക്കയ്ക്കുണ്ണാ-
നിത്തിരി വറ്റാപ്പാത്രത്തിൽ

"കാക്കേ വന്നിതു തിന്നോളൂ. ഹാ
കാണുവതെന്തേ നിൻ കൊക്കിൽ?

നല്ലൊരു ചമ്പകമലരോ? കൊള്ളാം,
നന്ദികുറിക്കാനായിട്ടോ?"

കനിവൊടുമപ്പൂവിട്ടുകൊടുക്കേ
കാക്ക മൊഴിഞ്ഞൂ, "പെൺകുഞ്ഞേ,

നിന്മുടി പൂവിതു ചൂടിക്കണ്ടാ-
ലെൻമിഴിരണ്ടിനു സാഫല്യം"

പൂവുമണക്കെക്കവിളിൽ,കരളിൽ
പുളകം പൂണ്ടാളമ്മാളൂ!

ചെന്നു കുളിച്ചേഴാങ്ങളമാർക്കവൾ
ചോറും കറിയും ചൊവ്വാക്കി,

കാക്കയൊടോതീ, "ചമ്പകമരമിതു
കാട്ടിത്തരുമോ ചങ്ങാതീ?"

"അങ്ങനെ,"യെന്നാക്കാക്ക പറക്കേ
പെൺകൊടി പിറകേ പാഞ്ഞെത്തി

കാട്ടിലണഞ്ഞാൾ; ചമ്പകമവിടെ
കാറ്റിനു ചെയ്‌വൂ സൽക്കാരം!

കൊമ്പുകളേറിക്കാക്ക പുതുപ്പൂ
കൊത്തിയടർത്തു കൊടുക്കുമ്പോൾ

പുളിയിലനേർകര മുണ്ടു മടക്കി-
പ്പൂവുനിറച്ചാളമ്മാളൂ.

ഓർത്താൾ, "ആങ്ങളമാർക്കു കൊടുക്കാം
നാത്തൂന്മാരിതു ചൂടട്ടേ!"

അപ്പൊഴുതെന്തോ പെട്ടെന്നോമന
വീർപ്പുമടക്കി നിലക്കൊണ്ടൂ

ചമ്പകമൂട്ടിലിരുണ്ടൊരു പോട്ടിൽ
ചെന്തീക്കണ്ണുകളാറെണ്ണം

കാണായ്, ചെന്നൂ ഭയന്നവൾ നോക്കെ-
ക്കൗതുകമെന്തേ പറയാവൂ!

മുറുമുറെയമറി,യെണീക്കാൻ വെമ്പും
മൂന്നു പുലിക്കുഞ്ഞാണല്ലോ!

അരിമയിലോമലെടുക്കെ,ക്കുസൃതിക-
ളാരായുകയായമ്മിണ്ണി!

ചെറിയ കിടാങ്ങളെ വാരിയെടുത്തവൾ
ചെന്നൂ വീട്ടിൽ,ത്താലോലം!

നീരാടിച്ചൂ, കണ്ണെഴുതിച്ചൂ
നെയ്യുരുളച്ചോർ 'മാ'മൂട്ടി;

ഊട്ടിയുറക്കിയൊരുണ്ണികളെത്താൻ
കാട്ടിലെ മടയിൽ കൊണ്ടാക്കി.

ചമ്പകമൂട്ടിൽ ചെറ്റിട കഴിയേ-
പ്പെൺപുലിയെത്തിച്ചോദിച്ചൂ:

"നേരു കഥിക്കുക, നരദേഹത്തിൻ
ചൂരിതു നിങ്ങളിലെന്താവോ?

നിങ്ങളെയാരിഹ നീരാടിച്ചൂ,
കണ്ണെഴുതിച്ചൂ, ചോറൂട്ടീ?"

ഉണ്ണികൾ ചൊല്ലീ, "പറയി,ല്ലാളെ-
ക്കൊന്നിടുമേ നീ കോപത്താൽ."

"വാക്കുതരാം ഞാൻ, ഉതകിയ കൂട്ടരെ-
യാർക്കു വധിക്കാൻ തോന്നുന്നു?"

"എന്നാൽ പറയാം, നീരാടിച്ചൂ
കണ്ണെഴുതിച്ചൂ ചോറൂട്ടി,

ഞങ്ങളെയോമൽ ചമ്പകമലരിൻ
ഭംഗികലർന്നൊരു പെൺകുട്ടി!"

"എങ്ങവൾ?" "അങ്ങാത്തീപ്പുക പാറി-
പ്പൊങ്ങിന മുന്തിന തറവാട്ടിൽ."

അണിമുലനൽകിപ്പെൺപുലി മക്കളെ-
യാവതു നക്കി വെടുപ്പാക്കി,

കരിവരചിന്നി,ക്കനൽമിഴി മിന്നി,-
ക്കാണും ക്രൂരമുഖക്കീഴിൽ

നലമൊടു മക്കൾ കിടന്നു കളിച്ചൂ
ന്ലാവണിരാത്രിയിലെന്നോണം!

അമ്പൊടു വീട്ടിൽ പെൺകൊടി പൂവിൻ
കുമ്പിളിൽ വെള്ളം പാറ്റുമ്പോൾ

മുമ്പിലതാ വന്നാരോ നില്പത്?
പെൺപുലിയല്ലോ ഭഗവാനേ!

അപ്പുലിയലറീ, നീയോ "ചെന്നി-
ട്ടവരെത്തൊട്ടതു പെൺകുഞ്ഞേ?"

ആലോലക്കണ്ണീരു പൊഴിച്ചവ-
ളാലിലപോലെ വിറച്ചോതീ:

"വാത്സല്യത്താലാണേ, ഞാനൊരു
വാലിലെ രോമമുതിർത്തീലാ;

മാപ്പുതരേണം!" പെൺപുലി ചൊല്ലീ:
"മാനുഷനുണ്ടോ വാത്സല്യം?

തങ്ങളിലിഷ്ടം ചേരാത്തവരോ
ഞങ്ങളിലിഷ്ടം കാണിപ്പൂ?

ആട്ടേ നിന്നെ സ്നേഹിപ്പവരാ-
യാരാരുണ്ടീയുലകത്തിൽ?"

"ആങ്ങളമാരു," "ണ്ടെങ്ങവർ?" "അകല-
ത്തരിയൊരു നാത്തൂൻവീടുകളിൽ."

"പോകുക നാമങ്ങ,തുവരെ നീ ഞാൻ
പോറ്റും പൊന്മകളാണല്ലോ.

പുലിയുടെ മക്കൾ കഴിക്കുംമാതിരി
കുളി, കുറി,യൂണു കഴിച്ചോളൂ

മാനമൊടെൻചുമലേറീട്ടാങ്ങള
മാരുടെപക്കൽ ചെന്നോളൂ

വേണം നിന്നെയവർക്കെന്നാലോ
വേഗം വിട്ടുകൊടുക്കും ഞാൻ.

കൊള്ളുകയില്ലവരെന്നാൽക്കരുതി-
ക്കൊള്ളുക, നീ പുനരെന്റേതായ്.

നിർമ്മലവാത്സല്യത്താലൂട്ടിയ
നീയെൻ മക്കൾക്കേടത്തി."

ഒന്നാമാങ്ങള നാത്തൂൻവീട്ടിൽ
കിന്നാരങ്ങളുണർത്തിക്കേ,

ദൂരെക്കൊട്ടേമ്പടിവാതിൽക്കൽ
ദൂനതപൂണ്ടൊരു വിളി കേൾക്കായ്.

"ഒന്നാമത്താങ്ങളേ,യെന്റെ പൊന്നാങ്ങളേ,
വന്നാലുമെന്നെക്കയ്യേറ്റുവാങ്ങാൻ!

പുലിമടപുക്കേൻ ഞാൻ, പുലിയെണ്ണതേച്ചേൻ ഞാൻ,
കുളികഴിച്ചേൻ ഞാൻ പുലിക്കുളത്തിൽ;

പുലിമഷിയെഴുതിനേൻ, പുലിനഖം ചാർത്തിനേൻ,
പുലിവിരുന്നിൽ പുലിച്ചോറുമുണ്ടേൻ.

അലിവുള്ളൊരാങ്ങളേ,യെന്റെ മൂത്താങ്ങളേ,
പുലി കൊണ്ടുപോവുംമുമ്പെന്നെ വാങ്ങൂ!"

"ആരതു?"ചൊല്ലീതാങ്ങള, "നമ്മുടെ-
യമ്മാളുവിനുടെ വിളിപോലെ?"

"അയലിൽച്ചക്കാട്ടീടുവ,"തെന്നാ-
യലസമുണർത്തീ നാത്തൂനും.

രണ്ടാമാങ്ങള നാത്തൂനോടും
രസമൊടു വെറ്റില തിന്നുമ്പോൾ

അകലെക്കൊട്ടേമ്പടിവാതിൽക്കലൊ-
രവശതയേറിയ വിളികേൾക്കായ്.

"ആരത്?" ചൊല്ലീതാങ്ങള, "നമ്മുടെ
യമ്മാളുവിനുടെ വിളിപോലെ!"

"അയലിൽത്തെരുകലക്കുവ" തെന്നാ-
യലസമുണർത്തീ നാത്തൂനും.

അങ്ങനെ ചെന്നാറാങ്ങളമാരെയു-
മവൾ വിളി കൂട്ടീട്ടാകാതെ,

പുലിയുടെ തോളിലിരുന്നേ, പാല-
പ്പൂ നെടുവീർക്കും വഴിയൂടേ,

ഗർഭവിളർപ്പെഴുമണിനെല്ലുകൾ നി-
സ്തബ്ധം നില്ക്കും വയലൂടേ,

വിരിനിഴൽ നെല്ലികൾ കായ്ക്കണ്ണീർമണി-
വീഴ്ത്തും കുന്നിൻചെരിവൂടേ,

ഏഴാമത്തെക്കൊച്ചാങ്ങള വേ-
ട്ടെഴുമൊരു മാളികവീടെത്തീ.

കണ്ടില്ലെന്നാമാളുകൾ, അഥവാ
കണ്ടവരോടിയൊളിച്ചെന്നാം.

ഏറെയിടർച്ചയൊ,ടേങ്ങലടിച്ചാ,-
ണെങ്കിലുമാവിളി കേട്ടപ്പോൾ

അരിമയെഴും കുഞ്ഞാങ്ങള ചൊല്ലീ,
"ആരത്, നമ്മുടെയമ്മാളൂ!"

ആവിധമരുളീ നാത്തൂൻ, "വാസ്തവം,
ആയതു നമ്മുടെയമ്മാളൂ!"

വായ്ക്കുമുഴറ്റൊടു വൻ കൊട്ടേമ്പടി-
വാതിൽ തുറന്നവർ നോക്കുമ്പോൾ

അയ്യോ, ദംഷ്ട്രകൾ കാട്ടി, ക്കണ്ണിൽ-
ത്തീയോടമറും പുലിയുടെമേൽ

പുലിനഖമോതിരമിട്ട കഴുത്തിൽ
പുരികുഴലിഴകളഴിഞ്ഞൂർന്നും,

കൂമ്പാളപ്പൊളിപോലാം കവിളിൽ
കുടുകുടെ മിഴിനീരൊലിവാർന്നും,

പ്രേതംപോലെയിരിപ്പാ,ണേറെ-
പ്രിയമെഴുമവരുടെയമ്മാളൂ!

അകമേ പേടിയിലാളും കൂറാ-
ലാങ്ങള ധൈര്യം പൂണ്ടോതി:

"എന്തിത്?" വൻപുലി ചൊല്ലീ, "പെണ്ണിവ-
ളേറ്റൂ ഞങ്ങടെയാചാരം.

"വേണോ നിങ്ങൾക്കിവളെ?"ച്ചൊന്നാൻ
വെമ്പലൊടാങ്ങള: "തന്നാലും"

"അങ്ങനെയാകാം; എങ്കിലുമിവളെ-
ന്നാരോമൽക്കുഞ്ഞാണല്ലോ.

പോറ്റണമിവളെ,ക്കാക്കണ,മൊന്നിനു
പോന്നൊരു പുരുഷനു നല്കേണം.

ഓമൽപ്പുടമുറികല്യാണത്തിനു-
മോർമ്മിച്ചെന്നെ വിളിക്കേണം.

ഇല്ലെന്നാൽ വന്നെന്റേതായി-
ക്കൊള്ളും ഞാനീപ്പെൺകൊടിയെ."

അവരാ നിശ്ചയമേൽക്കെ,ത്തയ്യലെ-
യവിടെയിറക്കിപ്പുലി പോയി.

പിൻപൊരു നാലു വസന്തം പൂത്തൂ
ചമ്പകവൃക്ഷക്കൊമ്പുകളിൽ.

പുലിയുടെ മക്കൾ വളർത്തിവനത്തിൽ
പുതുമിന്നൽക്കൊടി,യിടിനാദം

പെരിയ വിരുന്നൊടു കാക്ക കഴിച്ചൂ
പേരക്കുഞ്ഞിൻ കല്യാണം.

അന്നൊരുനാളവർ കണ്ടുകുറിച്ചൂ
പെണ്ണിനു പുടമുറികല്യാണം.

ഏഴാമാങ്ങള ശങ്കിച്ചങ്ങനെ-
യേട്ടന്മാരൊടു ചോദിച്ചൂ:

"പുടമുറികല്യാണത്തിനു കൂടാൻ
പുലിയെ നമുക്കു വിളിക്കേണ്ടേ?"

പൊട്ടിച്ചിരിയൊടു ചൊന്നാരവർ, "ഈ-
പൊട്ടനുമവളും പണ്ടെങ്ങോ

പേടിസ്വപ്നം കണ്ടു: പിച്ചും
പേയും പറയൽ നിറുത്തരുതോ?

പുലിപോയ്പ്പുല്ലു കടിക്കട്ടേ,യി-
പ്പുടമുറിയിങ്ങു നടക്കട്ടെ."

പുടമുറിഘോഷിച്ചാങ്ങളമാരവർ
പൂകീ നാത്തൂൻവീടുകളിൽ.

ഏഴാമാങ്ങള മാത്രം ശങ്കി-
ച്ചെങ്ങും ചെയ്താൻ മുൻകരുതൽ

പുതിയ 'ചെറുക്കനു'തട്ടിൻമുകളിൽ
പൂവണിമെത്ത വിരിപ്പിക്കേ,

മന്ത്രിച്ചാ, "നിന്നെന്തായാലും
മച്ചുതുറക്കരുതമ്മാളൂ!"

കാവലിനാക്കീ വാല്യക്കാരെ,-
ക്കാളൻപട്ടിയെ മുറ്റത്തും,

കൊമ്പനെയൊന്നു തളച്ചുപടിക്കൽ
കൊട്ടേമ്പടിയുമടപ്പിച്ചൂ

ചൂട്ടും കത്തിച്ചവനും പിന്നെ-
ച്ചുണകെട്ടെത്തീതിണവീട്ടിൽ.

മണവറയിങ്കലുറങ്ങാതരുളീ
മലരണിമെത്തയിലമ്മാളൂ.

കുടവയർ കൂടുതൽ വീർക്കെ, ദ്ദീർഘം
കൂർക്കംവലിയായ് മണവാളൻ.

ചിന്നവിളിക്കിൻ നാളം നേരേ
ചിലകൈയാംഗ്യം കാണിക്കേ,

ഓമലിരുന്നാളോരോന്നങ്ങനെ-
യോർത്തും! വേർത്തും ചെവിപാർത്തും.

പാതിര;യകലെക്കേൾക്കുന്നുണ്ടത,
പകയൊടു പുലിയുടെ വക്കാണം!

തയ്യിനു രോമമെതിർപ്പൂ, വീർപ്പിൻ
തേങ്ങലടിക്കടി വർദ്ധിപ്പൂ.

കാടു കവിച്ചും, കുന്നു മറിഞ്ഞും
കലിയൊടലർച്ചയടുക്കുമ്പോൾ

കണവനെയൊന്നു കുലുക്കിവിളിക്കാൻ
കൈ പൊങ്ങാതവൾ മരവിക്കേ,

ഒട്ടും മേലോട്ടുയരാതവളുടെ-
യൊച്ച പിടച്ചൂ ഹൃദയത്തിൽ!

ഇന്ദ്രീയചേതനയെല്ലാം കാതിൽ
കണ്ണിൽ കാവലിരിപ്പായി!

മുതിരും കുതിയാൽ പടിയുടെ മേൽപ്പുര
മുട്ടാതാപ്പുലി ചാടുമ്പോൾ

ചൂളിപ്പോയോ കൊമ്പ? നൊളിച്ചോട്ട
കാളൻപട്ടി മരച്ചോട്ടിൽ?

ബോധം വിട്ടോ ഭൃത്യരു,മുമ്മറ-
വാതിൽ തകർത്തതു കേട്ടീലേ?

ഉണരാഞ്ഞെന്തേ കണവ?നുടഞ്ഞൂ-
മണവറ-അയ്യോ ഭഗവാനേ!

കണ്ടീടാറുണ്ടത്രേ പിന്നെ-
ക്കാനനയാത്രികർ ചിലനേരം

പുലികളുമായ് പ്രിയമോടേ കൂടി-
പ്പുലരുമൊരോമൽപ്പെൺകൊടിയെ,

മാനുഷദൃഷ്ടിപൊറുക്കാ,തകലെ-
ക്കാനനനിഴലിലൊളിപ്പവളെ,

ചമ്പകമെങ്ങും പൂക്കായ്കിലുമാ-
ച്ചാരുസുഗന്ധമുതിർപ്പവളെ.

തെളിചന്ദ്രികയിൽ കൂട്ടരുമൊ,ത്തിര
തേടിപ്പാഞ്ഞു നടപ്പവളെ

ആകെ മറന്നൂ ഗ്രാമം, പിന്നെയൊ-
രാങ്ങള ചിലനാളോർമ്മിച്ചൂ.

■

സർപ്പക്കാട്

പണ്ടൊരു സർപ്പക്കാവെൻ വീട്ടിൻ
പിന്നിൽ പകലുമിരുട്ടിൻ വീടായ്

കണ്ടു ഭയാത്ഭുതഭക്ത്യാഹ്ലാദപു-
രസ്സരമെന്നുടെ ബാല്യപ്രായം.

നാടിൻ മണ്ണിൽ തെങ്ങുകവുങ്ങാൽ
നെടിയ ജയക്കൊടി നാട്ടിയ നാളും

കാടിൽ പൂർവ്വസ്വപ്നം പോറ്റിയ
കുടുമ വളർത്തിയ കാരണവന്മാർ

തൽദൃഢവിശ്വാസത്തിൽ ചുറ്റി-
പ്പുറ്റുകൾ തീർത്താസ്സർപ്പക്കാവിൻ

ചിത്രശിലാകൂടങ്ങളിൽ വാണൊ-
രദൃശ്യഭയങ്ങളെയാരാധിപ്പാൻ

വൃത്തിയിലാണ്ടിലൊരിക്കൽ തത്ര കു-
രുത്തോലകളും തൂക്കി നിരത്തീ

കൈത്തിരി, കോൽത്തിരി, മഞ്ഞൾച്ചാറു, ക-
രിക്കും മലരും കദളിപ്പഴവും.

2

നേദിച്ചോരിളനീരിന്നമൃതാൽ
മേടച്ചൂടിനു പാരണ നല്കെ-

ച്ചോദിച്ചേൻ ഞാൻ; ഒന്നു മുറുക്കി-
ക്കഥകളഴിച്ചാളെൻ മുത്തശ്ശി.

അമ്മട്ടഴിയും പഴമയിലൂടെൻ-
കരളിലിഴഞ്ഞു വിരിഞ്ഞു പുളഞ്ഞൂ

ബ്രഹ്മക്ഷത്രിയ പാദജവൈശ്യവി-
ഭേദമിയന്ന മഹാനാഗങ്ങൾ.

കാവുകൾതോറും തറവാടുകളെ-
ക്കാവലിരിക്കുമനുഗ്രഹമൂർത്തികൾ

കാലനു ദൃഷ്ടിക, ളീശനു മാലകൾ,
മലയലനാട്ടിനു മംഗല്യങ്ങൾ;

പകയുടെ സത്യം പാലിക്കുന്നവർ,
പാലച്ചില്ലയൊടിച്ചാൽപ്പോലും

പകരം കുഷ്ഠപ്പുണ്ണിൻ ചറമാ-
പ്പാതകിമെയ്യിലൊലിപ്പിക്കുന്നവർ,

കുടവും മണിയും കൊട്ടിപ്പാടി വി-
ളിക്കും പുള്ളുവർ കാൺകെ, ക്കൂമ്പിൽ

കുളുർമുടി ചിന്നി വിറയ്ക്കും പെണ്ണിൻ
സിരകളിലേറിക്കൂത്താടുന്നവർ;

മണിമാണിക്യകിരീടമണിഞ്ഞവർ,
മണ്ണിലരിക്കും കാഞ്ചനനൂലുകൾ.

മാനത്തല്ലിൽ പാറും കൊള്ളികൾ,
അമ്പിളിയുരുള വിഴുങ്ങും വായകൾ,

വൻനിധി ചുറ്റിയുറക്കമിളപ്പവർ,
വാതാഹാരവ്രതകൃശമെയ്യുകൾ,

മന്നിനെയാകെത്താങ്ങും ചുരുളുകൾ
പാതാളത്തിലൊതുക്കിയിരിപ്പവർ.

അങ്ങനെ നീളും കഥകളിലൂടെ ക-
ടന്നു പടർന്നൊരിരുട്ടിൽ നടക്കവെ,-

യതിരില്ലാത്തൊരു സർപ്പക്കാടായ്
തോന്നിയെനിക്കെൻ നാടും വീടും!

3

പിന്നീടേട്ടനുമൊത്തു ഗൃഹത്തിൻ
പിന്നിലിരുട്ടുകൾ കെട്ടിയ കാട്ടിൻ

സന്നിധി പൂകി രഹസ്യവിലങ്ങളി-
ലെൻ മിഴി പാകി നടന്നേൻ ചുറ്റും.

താഴേ വേരുകൾ, മീതേ ചേരുകൾ,
പാലയിലഞ്ഞിക, ളിവയെപ്പുൽകി-

ച്ചൂഴേദ്ദലമെഴുമൂഞ്ഞാൽവള്ളികൾ,
ചിരിതൂവീടും വെള്ളിലവള്ളികൾ;

നാണത്തിന്റെ കുടുക്കകൾ, പങ്ങിന-
ടക്കും കൊച്ചുകുളക്കോഴിക,ളൊരു

പാണൽക്കൊമ്പിൻ നിഴലിൽ ചാര-
ത്തീപ്പൊരി ചിന്നും പുള്ളിൻ കണ്ണുകൾ.

വള്ളിയിലൊന്നു പുളഞ്ഞീ,ലെങ്ങുമി-
ലയ്ക്കൊരു പത്തിവിരിഞ്ഞീ, ലിരുളി-

ന്നുള്ളിൽ കരിയിലയൊന്നു ഞരങ്ങീ,-
ലെവിടെപ്പോയെൻ നാഗത്താന്മാർ?

ഊരിയ വാളുറപോലെ, കീറി-
ത്തറ്റ പഴന്തുണിപോ,ലൊരു കൊമ്പിൽ

പറ്റിയലഞ്ഞു കിടന്നൂ വെള്ളി-
പ്പറ്റു[1]കളെഴുമൊരു പാമ്പുറമാത്രം.

ഏട്ടനു പേടി കിളിർത്തൂ മെയ്യിൽ,
പേടിയിലാണെന്നാലും ഞാന-

ക്കാട്ടിലെയരചൻതൻ കവചത്തിനു
കല്ലെറിയാതെയിരുന്നീലപ്പോൾ!

4

എന്നാൽധനുവിന്നിരവിൽ, തണുവിൽ,
പുന്നാഗങ്ങ,ളിലഞ്ഞികൾ, പാലക-

ളൊന്നായ് പൂത്തു വിഷത്തിലരച്ചൊരു
ചന്ദനഗന്ധമെടുത്തു വിലക്കെ,

വെണ്മ വളർന്ന നിലാവാൽ പുതിയൊരു
വെള്ളിലവള്ളി പുതയ്ക്കും കാടതി-

---

1. ചെതുമ്പലുകൾ

ലെന്മനമെന്തൊരു കാഴ്ചകൾ കണ്ടു! വി-
ളിച്ചൂ വീട്ടിലുറക്കം വെറുതേ!

പാതാളങ്ങളിൽനിന്നീ മണ്ണിൻ
പടിയറവാതിൽ തുറന്നു വരുന്നൂ

പാർവ്വണചന്ദ്രഫണങ്ങളിണങ്ങിയ
പൊൻമുടി ചൂടിയ മണിനാഗങ്ങൾ

വീരാളിപ്പട്ടാടയുടുത്തവർ,
വീരവളച്ചാർത്തണിയും പൂരുഷർ;

വിരിയും പിച്ചിതൊടുത്തൊരു നെറുക-
ത്തിരികട[2]കെട്ടിയ നാഗസ്ത്രീകൾ,

കോടിപ്പൊൻകസവാടയുടുത്തവർ,
കോൽമിഴിയെഴുതിയ വാമകൾ, പുറകേ

കൊച്ചുഫണത്തിൽ ഗോപിക്കുറിയൊടു
കോമളവഞ്ചുളകൗമാരങ്ങൾ.

കയ്യിൽ തങ്കുമുടുക്കാൽ പുള്ളുവർ
കമ്രസ്വരമണി ചിതറുംനേരം,

കൈതത്തെച്ചിപ്പൂമലർ ചൂടി-
ക്കൈരളി പാടിയിരിക്കുന്നേടം,

പൂർണ്ണസുധാകരരശ്മികൾ മുട്ടി-
പ്പൊടിയും നവരത്നത്തറപോലാം

ജീർണ്ണശിലാകൂടത്തിനു ചുറ്റുമു-
ദീർണ്ണസുഖശ്വസിതങ്ങൾ പരത്തി

കാട്ടിലെ നീരും പാലുമശിച്ചവർ
നൃത്തം ചെയ്താർ, കേട്ടിതു ഞാനാ-

പ്പാട്ടിൽ പണ്ടൊരു തുള്ളി നുകർന്നു തു-
ലഞ്ഞോരമൃതിൻ കഥയും വ്യഥയും,

ഏതോ മാതൃഹിതത്താൽ കുടി വി-
ട്ടേഴലയാഴികൾ നീന്തിമുറിച്ചീ-

2. വളച്ചു ചുറ്റിയെടുത്ത് നെറുകയിൽ സർപ്പഫണം പോലെ കെട്ടിയ മുടി.

യേഴില[3]മലർ കളമെഴുതിയ നാട്ടില-
ണഞ്ഞൊരു നാളിൻ മധുരസ്മൃതിയും.

അങ്ങനെ കണ്ടും കേട്ടുമുറങ്ങി
സ്വപ്നം കണ്ടേൻ; പിന്നെപ്പുലരിയി-

ലങ്ങു പുഴുക്കളെ റാഞ്ചിയെടുത്തൊരു
വണ്ണാത്തിക്കിളിമാത്രം പാടീ!

5

തങ്ങടെ ഭസ്മംകൂടിത്തൊടിയിൽ-
ത്തെങ്ങിനു വളമായിട്ടേ പോയാർ

തൻകഥ മുഴുമിച്ചെന്നമ്മൂമ്മ; കു-
ടുമ്മ വളർത്തിയ കാരണവന്മാർ;

ചെറിയൊരു പുരയിട; മതിലാസ്സർപ്പ-
ക്കാടു കറുത്തു പരന്നൂ, കാണായ്
പെരുവഴിവക്കിൽ പേടിപ്പാടുകൾ;
പുരമുറ്റത്തു വിപത്തിൻ പുറ്റുകൾ;

പരിസരമാർന്ന കവുങ്ങുകൾതന്നുയിർ
കെട്ടി ഞെരുക്കും വള്ളികൾ, മണ്ണിൻ

പശയിൽ പാലകൾ പോഷിക്കെപ്പൊ-
ന്നോലകൾ പൂത്തു[3]മെലിഞ്ഞൊരു തെങ്ങുകൾ.

അരിയ വളപ്പിന്നർബ്ബുദമായാ-
സ്സർപ്പവനത്തെക്കണ്ടേൻ ഞാൻ, എൻ

കരളിൽ ചിറകു കുടഞ്ഞൂ കഴുകൻ,
ബോധക്കൺമിഴി വെണ്മഴു വീശീ,

അന്ധതയിൽ കുടിവച്ചു പെരുത്തൊരു
ദേവതമാരേ, നിങ്ങടെ പടലാൽ

നൊന്തു ഞെരങ്ങീ മാനവജീവിതം,
അഗ്നി കൊളുത്തുകയായീ ഞങ്ങൾ!

---

3. ഏഴിലംപാലപ്പൂ.

4. വിളർത്ത ഓലകളെ ഉദ്ദേശിച്ചുള്ള നാടൻശൈലി.

വെട്ടിയെരിച്ചേൻ ഞാനാക്കാ, ടൊരു
മഞ്ഞച്ചേരയിഴഞ്ഞു മറഞ്ഞൂ

നട്ടു നനച്ചേനവിടെക്കേര-
ത്തയ്യുകൾ, വാഴ, യടയ്ക്കാമരവും.

നേദിക്കാത്ത ഫലങ്ങൾ ചുമന്നെൻ-
തെങ്ങുകളിന്നു നിരക്കെ, ക്കീഴേ

മോദിച്ചാർത്തിടുമെൻ ശിശുവെന്തോ
ചോദിപ്പാനായ് ഭാവിക്കുന്നു.

"ഒട്ടും പേടിക്കേണ്ടെടൻ മകനേ,
മണ്ണറ പൂകിയ ഞാഞ്ഞൂളുകൾതൻ

പുറ്റു[5]കളാ;-ണിവയല്ലോ നമ്മുടെ
പുതിയ യുഗത്തിലെ നാഗത്താന്മാർ."

(6-12-1952)

■

5. ഞാഞ്ഞൂളുകൾ കാഷ്ഠിച്ചതിന്റെ കൊച്ചു കൊച്ചു കൂമ്പാരങ്ങൾ. കർഷകബന്ധുക്കളായ ഈ ഞാഞ്ഞൂളുകളാണ് ഇക്കാലത്തു നമ്മുടെ ആദരത്തെ അർഹിക്കുന്ന സർപ്പങ്ങൾ.

ഓർമ്മകൾ

മാഴ്കരുതേ മലർവനിതോറും
കോകിലമൊഴിയാം കവിതേ.[1]

"മഞ്ജുളമധുമാസം മായും
മഞ്ഞുകളെത്തും മൃതിയും."

മഞ്ഞുകൾ വരു,മെങ്കിലുമെ,ന്റെൻ-
മൺചുമർ കുതിരുംമുമ്പേ,

വെൺനിറമൊരു യവനിക വീണെൻ-
കൺമിഴി മൂടുംമുമ്പേ,

സുന്ദരതരമൂലകിതിൽനിന്നെ-
ന്നിന്ദ്രിയമഞ്ചും തേടി,

എൻ പ്രതിഭകൾ വാറ്റിയൊരുക്കി-
സ്സംഭൃതമാക്കിയ മദ്യം

ഓർമ്മകളുടെ കംഭശതങ്ങളിൽ
ഞാൻ മറചെയ്തേൻ കരളിൽ.

പ്രിയകരമാം ജീവിതമെൻ നട-
വഴിയിൽ നിരത്തിയതെല്ലാം-

കാനനസുമസൗരഭശോഭകൾ,
കനികൾ ചുരത്തും സ്വാദും,

കാതമൃതാം മൊഴിയുമ, പ്രിയരുടെ
കൈമലരിൻ മൃദുചൂടും,

ആവിധമെൻ കണ്ണീരാടിയൊ-
രനുഭവകോടിയുമെല്ലാം

എൻ പ്രതിഭകൾ വാറ്റിയൊരുക്കി-
സ്സംഭൃതമാക്കിയ മദ്യം

1. പല മനോഹരകവിതകളിലും ഈ പല്ലവി മുഴങ്ങിക്കേൾക്കാറുണ്ട്.

ഓർമ്മകളുടെയോരോ തൂതയിൽ
ഞാൻ മറചെയ്തേൻ ഭദ്രം!

മഞ്ഞുകൾ വീണെൻ ചെറുവീട്ടിൻ
മൺചുമർ ജീർണ്ണിച്ചടിയേ,

തന്ദ്രിലമൊരു മരവിപ്പാലെ-
ന്നിന്ദ്രിയമോരോന്നടയേ,

മന്ദിതമൊരു വഹ്നി മയങ്ങും
സ്വന്തമടുപ്പിന്നരികേ

ഓർമ്മകളുടെ ചാറയിൽനിന്നും
ഞാൻ മധുനുകരും നിറയേ.

അത്രയുമിഹ പഴകിയ മദ്യമ-
തെത്ര മനസ്സിനു പഥ്യം!

നിരയത്തിൻ ചൂരും, പാരിൽ
നിന്ദകളേറ്റിയ ചുവയും,

പക്വതയാലൊക്കെയുമതിലെ-
ന്നത്ഭുതരുചിയായ് ചമയും!

കലുഷിതമെൻ ജീവിതമൂറി-
ക്കവിതകളായതു കോരി,

പാഴ്നരയൊടു പകരം വീട്ടി-
പ്പാനംചെയ്തു രസിപ്പൻ!

വിസ്തൃതവിൺനീലിമയാർന്നും
ചിത്രിതവല്ലികൾ ചൂഴ്ന്നും

ഉദരത്തിൽ പൊൻകിരണത്തി-
ന്നുമ്മ പതിഞ്ഞൊരു കപ്പിൽ

സ്വപ്നത്തിൽ സുന്ദരകലയാം
സ്വച്ഛസ്ഫടികക്കപ്പിൽ

കളരുചിയാം കൗമാരത്തിൻ
കളിചിരി പതയും മദ്യം,

സാഹസമദലാലസയൗവന-
സാരം നുരയും മദ്യം.

നിഴൽ ചായും മധ്യവയസ്സിൻ
നിനവുകളൂറും മദ്യം,

സ്മരണകളുടെ മദ്യം, നുകരും
സ്വൈരം ഞാനിഹ നിലയേ

ചിരതോഴനൊടൊന്നി,ച്ചഥവാ
ചിന്തകളൊത്തിഹ തനിയേ.

മാഴ്കരുതേ മലർവനിതോറും
കോകിലമൊഴിയാം കവിതേ.

"ഹാ മറവിയിൽ വറ്റും നെഞ്ചിലെ-
യോർമ്മകൾതൻ മധു മുറ്റും"

മുറ്റിയ മധുരാസവമെല്ലാം
വറ്റി വരണ്ടേ പോകാം,

മുട്ടിയപടി മൺകുടമെല്ലാം
പൊട്ടിയുടഞ്ഞെന്നാകാം,

എങ്കിലുമൊരു നിറകുടമെപ്പൊഴു-
മെങ്കലിരിക്കുമഭംഗം,

എൻകരളിനെയാദ്യമുണർത്തിയ
പെൺകൊടിതൻ സ്മൃതിരംഗം.

അവളുടെ മിഴിനിഴലാൽ ശ്യാമള,-
മവളുടെ കവിളാൽ ശോണം,

തൻചൊടിയാൽ മധുരക്കയ്പുകൾ
തഞ്ചിടുമാച്ചുടുപാനം,

പാതിനുകർന്നീടുംമുമ്പെൻ-
പാണിപിടിക്കാം മരണം.

നന്ദിപറ,ഞ്ഞിരുൾ പുകട്ടേ
എന്നുടെയന്തഃകരണം!

(10-3-1952)

■

കവിയും സൗന്ദര്യബോധവും

കൂരിരുൾ ദഹിപ്പിക്കും
    ദീപനാളത്തിൻ ശോണ-
ധീരസുന്ദരമുഖം
    വാഴ്ത്തി ഞാൻ ഗാനംചെയ്തേൻ

അപ്പദം പാടും ബാലൻ-
    തൻ മനോരാജ്യത്തിലൊ-
രത്ഭുതപരാക്രമ-
    ഖഡ്ഗസീൽക്കാരം തീർക്കെ,

അപ്പദം കൂവും പ്രേമ-
    പ്പൂങ്കുയിൽ, നാനാവിഘ്ന-
മുൾപ്പടർപ്പുകൾ ഭേദി-
    ച്ചിണയോടണയവേ,

അപ്പദം മന്ത്രി,ച്ചനാ-
    ദ്യന്തമാം വ്യോമം നോക്കി-
യുദ്ബാഷ്പദൃക്കായ് ഭക്തൻ
    മുക്തമോഹനായ് നിൽക്കെ,

നൂറ്റാണ്ടു, നൂറ്റാണ്ടായി-
    ട്ടജ്ഞതാപാരമ്പര്യം
നൂ,റ്റാണ്ടു ദാരിദ്ര്യത്തിൽ
    കിടക്കും ദാസന്മാരോ,

വീറൊടാഗ്ഗാനം പാടി,-
    യൊരു വിപ്ലവത്തിന്റെ
ചോരയിലുദിപ്പിച്ചാർ
    ശ്രമികോത്തമലോകം!

മാനവപ്രശ്നങ്ങൾതൻ
    മർമ്മകോവിദന്മാരേ,
ഞാനൊരു വെറും സൗന്ദ-
    ര്യാത്മകകവിമാത്രം![1]

■

1. ഈ കവിത വെറുതേ വായിച്ചുപോകുമ്പോൾ എന്തോ വൈരുദ്ധ്യം തോന്നാം. എന്നാൽ സൗന്ദര്യത്തെ വിലമതിക്കുക, വൈരൂപ്യത്തെ വെറുക്കുക എന്നതാണ് കവിയുടെ അടിസ്ഥാനസിദ്ധാന്തം. ഈ സിദ്ധാന്തത്തെ പുരസ്കരിച്ചുകൊണ്ടുള്ള ഒരു കവിത, പ്രതീകാത്മകമായിട്ടെങ്കിലും മറ്റു പല സർക്കർമ്മ സാഹസങ്ങളെ കീർത്തിച്ചു പാടാനും ഉപയോഗിക്കാം. ഈ സന്ദർഭങ്ങളിലെല്ലാം കവി, വാസ്തവത്തിൽ സൗന്ദര്യാത്മകകവിയായിത്തന്നെ നിലകൊള്ളുന്നു - 'സൗന്ദര്യാത്മകം' എന്നതിന് അതിന്റേതായ, വിപുലവും അഗാധവുമായ അർത്ഥം കൊടുക്കണമെന്നു മാത്രം.

എന്റെ ഗ്രാമം[1]

കരുതാം പക്ഷേ, നിങ്ങൾ
'സൗമ്യമാം സൗന്ദര്യത്തിൻ
കളിവീടാണിക്കൊച്ചു-
കവി മേവീടും ഗ്രാമം.'

ശരിയാ, ണിവിടത്തിൽ
തെങ്ങു നെല്ലുകൾ കൂട്ടു-
പിരിയാതൈശ്വര്യത്തിൽ
മത്സരിക്കുന്നുണ്ടിന്നും.

കുറച്ചു വെണ്മാടത്തിൽ
വിരിവൂ സൗഭാഗ്യങ്ങൾ,
കുളത്തിൽച്ചെന്താമര,
കളത്തിൽ മാടപ്രാവും.

എങ്കിലുമസത്യത്തിൻ
കണ്ണു കുത്തുവാൻ കൂർത്തോ-
രെന്റെ തൂലികയെല്ലാം
വരച്ചുകാണിക്കട്ടെ.

ഒരിടം മലംപറ,-
മൊരിടം ശവപ്പറ-
മൊരിടം വേശ്യാവാടം,
പിന്നെ യാചകകേന്ദ്രം.

പാതയിൽനിന്നും കാണാം
പായകൾ, മസൂരിക്കൊ-
രാതുരാലയം, പുല്ലി-
ലറവച്ചോരക്കളം.[2]

---

1. കവിയുടെ ജന്മഗ്രാമമായ കലൂരിനെക്കുറിച്ച്. ഇന്ന് അത് കൊച്ചിൻ കോർപ്പറേഷന്റെ ഒരു ഭാഗമാണ്.
2. കന്നുകാലികളെ അറുത്തിട്ട് തളംകെട്ടിക്കിടക്കുന്ന രക്തം.

സഹനം ശീലി, ച്ചടി-
പണിയും ഗ്രാമത്തിന്നു
നഗരം സംഭാവന-
ചെയ്തതാണിവയെല്ലാം.

കാര്യമാം പാലപ്പൂവിൻ
മണമൊത്തീ ഗ്രാമത്തിൽ
ഞാൻ പരിചയിച്ചതി-
ജ്ജീർണ്ണതയുടെ ഗന്ധം.

മണ്ണിൽനി, ന്നോരായിരം
നിർദ്ധനഗേഹങ്ങളിൽ-
നിന്നുമുദ്വമിപ്പതു
നിത്യവുമിതേ ഗന്ധം!

അന്തിയിൽ കുടിതോറും
പൊൻതിരി പൊലിഞ്ഞാലു-
മന്ധകാരത്തിൽ കാണാ-
മുജ്ജ്വലൽപ്രഭാപൂരം

മദ്യശാലയിൽ, ഗ്രാമ-
ഭൂവിലെപ്പുതിയോരു
മദ്യശാലയാം ചല-
ച്ചിത്രശാലതൻ മുന്നിൽ!

നുരയും കള്ളും വെള്ളി-
ത്തിരയുംപോലെന്തുള്ളൂ
നരലോകാസ്വാസ്ഥ്യത്തെ-
ത്താരാട്ടിയുറക്കുവാൻ?

ഉണ്ടു വേറൊരു വെട്ടം;
കമ്പനിപ്പണി തീർന്നു
കണ്ണുനട്ടില്ലംപൂകും
തൊഴിലാളർക്കും മറ്റും

മൂന്നു കാശിനു ചൂട്ടു
വില്ക്കുവാൻ വഴിവക്കിൽ
കൂന്നു കാത്തിരിക്കുന്നോ-
രമ്മൂമ്മയുടെ ദീപം.

അവശം ചുളിമുഖ-
 ത്താർദ്രമാം ക്ഷമ മിന്നു-
മവളിൽ കണ്ടു ഞാനെൻ-
 ഗ്രാമദേവതാരൂപം.

പാതിരാപ്പൂങ്കോഴികൾ
 കൂകുന്നൂ, മണികൊട്ടി
വേദമാലപിക്കുന്നൂ
 സാധുവാമൊരു ക്രിസ്ത്യൻ.

തൊള്ള പൂട്ടാതേ നാട്ടു-
 നായ്ക്കൾതൻ കുര, (പെരും-
കള്ളനുണ്ടെങ്ങോ പങ്ങി
 നടപ്പിതെന്നോ ഭാവം?)[3]

ഒട്ടിടയ്ക്കിടെക്കേൾക്കാം
 അയൽമാടത്തിൽ കൊല്ലൻ
ചുട്ട ലോഹത്തിൽ കൂടം
 പെരുമാറീടും നാദം.

അല്ലിനെച്ചോരത്തീയിൽ
 ചുട്ടടിച്ചൊരുക്കിത്തൻ-
കല്ലരിക്കാടി[4]ക്കവൻ
 കരു തീർക്കുകയാവാം.

എങ്കിലുമാക്കൂടത്തി-
 ന്നടിയിൽ കേട്ടേൻ, നാട്ടിൻ
ചങ്ങല മുട്ടിത്തട്ടി-
 യുടയ്ക്കും ധീരസ്വരം!

(3-7-1953)

■

3. ഗ്രാമീണരുടെ ഭൗതികാത്മീയസമ്പത്തുകളെ ഗൂഢമായി കവർന്നെടുക്കുന്ന കള്ളൻ ഇവിടെത്തന്നെയുണ്ടെന്നു തോന്നുന്നു.

4. കല്ലരിക്കാടി = കഞ്ഞി എന്നർത്ഥത്തിൽ എളിയവർ വിനയപൂർവ്വം പറയാറുള്ളത്.

കേരളത്തിലെ യഹൂദർ ഇസ്രായേലിലേക്ക്

മുഖ്യപുരാതനദീർഘ-
　　ദർശികളും, താടി നീണ്ടോ-
രിക്കടലും പ്രവചിച്ച
　　മാതിരിതന്നെ,

ഈശ്വരനു നന്ദി, ഞങ്ങ-
　　ളീ യഹൂദർ പോകയായീ
ശാശ്വതവിശ്രമസ്ഥാന-
　　മിസ്രായേൽ പൂകാൻ.

അശ്രുരുദ്ധർ കാണ്മൂ ഞങ്ങൾ
　　കേരളമേ, വിടനല്കാൻ
പച്ചയാം തെങ്ങോല വീശി
　　നില്ക്കയല്ലോ നീ.

പണ്ടു പിതൃഭൂവിൽനിന്നും
　　പുറംതള്ളപ്പെട്ടു, പുകഴ്-
കൊണ്ടൊരു സംസ്കാരത്തിന്റെ
　　വാണിഭമേറ്റി,

കാറ്റുകൾക്കു കളിപ്പാട്ട-
　　മായ പായക്കപ്പലേറി,-
ക്കാവൽനില്ക്കും താരകൾതൻ
　　കൈവിരൽ നോക്കി,

ഖിന്നരസ്മൽകുലപൂർവ്വർ
　　വന്നണഞ്ഞൂ, കറുത്തൊരു
പൊന്നു[1]കായ്ക്കും കേരളമേ,
　　നിന്മടിത്തട്ടിൽ.

---

1. കുരുമുളക്

നിൻ നൃപാലരെന്തുദാര-
ചരിതന്മാർ, എന്തൊരു സൗ-
ജന്യശീലർ നിൻജനങ്ങൾ!
അഞ്ജസാ ഞങ്ങൾ

വളമാർന്ന നിന്റെ മണ്ണിൽ
വേരുറച്ചു വളർന്നു, നിൻ-
തെളിവാനിലേക്കു കൈത്താർ-
മൊട്ടുകൾ കൂപ്പി.

മുമ്പുമുമ്പെന്നമ്പലങ്ങൾ
പള്ളികളുമുയരട്ടെ
തമ്മിലാദരിച്ചു, റബി[2]
ചൊന്നതേ സത്യം:

"നീളെയുണ്ടാം പല ശൈല-
കൂട,മെല്ലാം യഹോവാ[3]യിൻ
നീലനിലയങ്കിയിലേ
ചെന്നു മുത്തുന്നു."

2

ആദിവേദപുസ്തകത്തി-
ലുള്ളഴിഞ്ഞും, താൽമൂദി[4]ന്റെ
നീതി കാത്തും, വിപണിയിൽ
വാങ്ങിയും വിറ്റും,

ബാലകർക്കു വിദ്യ താനേ
മധുരിപ്പാ,നക്ഷരങ്ങൾ-
പോലെയപ്പം തീർത്തു കോൽത്തേൻ
ചേർത്തു കൊടുത്തും[5]

തൃപ്തി തേടി ഞങ്ങൾ വാഴ്കെ,-
ക്കേട്ടു മറുനാട്ടിലങ്ങി-
ങ്ങുറ്റ സഹോദരർ ചെയ്യും
ദീനവിലാപം.

---

2. ജ്ഞാനി
3. ഈശ്വരൻ
4. യഹൂദരുടെ ധർമ്മസംഹിത
5. കൊച്ചിയിലെ യഹൂദർ ഇങ്ങനെ ചെയ്യാറുണ്ടായിരുന്നുവത്രെ.

മേനിവേർപ്പാൽ ശാസ്ത്രകലാ-
ദർശനത്തിൻ രശ്മികളാൽ
മാനവജീവിതത്തിലാർ
മഴവിൽ നെയ്തു,

ആ യഹൂദസഹജരെ,-
ക്കുത്സിതമാം മതഭ്രാന്തും
ആര്യവർഗ്ഗവാദിയാമേ-
കാധിപത്യവും

എത്ര ഹിംസിച്ചീല! ഹിത-
പ്പെട്ട മക്കൾ, യഹോവായി-
ന്നഗ്നിപരീക്ഷകൾക്കത്രേ
ജനിച്ചു ഞങ്ങൾ!

എങ്കിലും റോമിലെയങ്ക-
ശാല[6]യിലും, വിഷവാത-
സങ്കുലമാം ബർലിനിലെ-[7]
ക്കൽത്തുറുങ്കിലും,

നിന്നുയർന്നുപോലും ദാവീ-
ദിന്റെ ദിവ്യകീർത്തനവും
മന്നവനാം സോളമൺ[8]തൻ
പ്രേമഗാനവും!

വിഡ്ഢികൾ മർദ്ദകർ; നൂറ്റാ-
ണ്ടുകൾ കാത്ത കിനാവിന്റെ
വിത്തു വീണ്ടും മുളയ്ക്കുന്നി-
തൊറ്റ ദിനത്തിൽ.

നട്ടീടുന്നൂ പൗരുഷം, നീ-
രിറ്റിടുന്നൂ കാലമെന്നാൽ
തൊട്ടുയിർകൊള്ളിപ്പൂ ജഗ-
ദീശനിദേശം.

---

6. പുരാതനറോമിലെ അങ്കശാലകളിൽ യഹൂദരെ സിംഹങ്ങൾക്കെറിഞ്ഞു കൊടുത്തിരുന്നുവത്രെ.

7. ഹിറ്റ്ലരുടെ ഗാസ്ചെയ്മ്പറുകൾ.

8. യഹൂദമഹാന്മാർ.

3

മധ്യധരണ്യാഴിയുടെ
പൂർവ്വതീരമേഖലയിൽ
മർത്ത്യവർഗ്ഗശിശുകാല-
ത്തൊട്ടിലാം ഭൂവിൽ

പാഴ്മരുവിൻ മണൽക്കാറ്റിൽ
പൂണു താണു 'നിനേവാ'യും
'ബാബിലോണും'[9] കിടപ്പതി-
ന്നടുക്കൽനിന്നും

ഒന്നുണർന്നു മൂരിനീർത്തി
വിളിക്കുന്നൂ മരിക്കാത്ത
പുണ്യപൂർവ്വഭൂമി,യിസ്രേയ്ൽ,
ഞങ്ങളെയെല്ലാം.

ആലയിൽ കുഞ്ഞാടുകൾക്കു
പാൽ ചുരത്തുന്നിതു യോർദ്ദാൻ[10]
ആലപിപ്പൂ പനയ്ക്കുമേൽ
ഫിനിക്സുപക്ഷി[11]

ദൂരതീരങ്ങളിലേറെ-
ക്കാലമേതിൻ ഭാവനയെ-
ച്ചോരയിൽ ശോണാണുതോറും
ഞങ്ങൾ പുലർത്തി,

തിരിച്ചെത്തീടുകയായാ-
പ്പൂർവ്വികമാം തറവാട്ടിൽ
ചരിത്രത്തിന്നഭയാർത്ഥി-
പ്പരിഷ ഞങ്ങൾ.

മുഖ്യപുരാതനദീർഘ-
ദർശികളും ചുളിവീണോ-
രിക്കടലും പ്രവചിച്ച
മാതിരിതന്നെ,

---

9. പുരാതന സാംസ്കാരികകേന്ദ്രങ്ങൾ.
10. തദ്ദേശത്തെ മുഖ്യനദികളിൽ ഒന്ന്.
11. സ്വന്തം ഭസ്മത്തിൽനിന്നു വീണ്ടുമുയരുന്ന ദിവ്യപക്ഷി.

ജീർണ്ണമരുഭൂവിൽ ഞങ്ങ-
ളുയർത്തട്ടെ, നല്ല പുതു-
ജീവിതത്തിൻ മനോജ്ഞമാം
പനിനീർത്തോട്ടം!

ഓത്തു ചൊല്ലീടട്ടെ, വേദം
പൂത്ത മണ്ണിൽ കൊച്ചുമക്കൾ;
റൂത്തു[12] പാടിടട്ടെ വീണ്ടും
കൃഷിപ്പാടത്തിൽ!

അങ്ങു വായ്ക്കും നന്ദിയോടേ
കേരളമേ, ഞങ്ങൾ നിന്റെ
തെങ്ങു വയ്ക്കു, മതിൻ കുളി-
രോലകൾതോറും

സൗരഭം വീശിടുമോർമ്മ
ചലിക്കട്ടേ, സഹിഷ്ണുതാ-
സൗഹൃദങ്ങളതിൽ പേർത്തും
കുലച്ചീടട്ടെ!

ധന്യരായീ ഞങ്ങ, ളെന്നാൽ
മുതിർന്നന്നേ പിരിഞ്ഞുപോയ്
ഭിന്നദേശം, മതം, ചേരി,
പൂകിയ മർത്ത്യർ[13]

വിദ്യ കൈമാറിയും ക്രയ-
വിക്രയങ്ങൾ ചെയ്തു,മടി-
മത്തമേറ്റി,ക്കൊള്ളയിട്ടും,
പാഴ്ക്കൊലചെയ്തും,

തമ്മിലേറെയടുക്കിലു,-
മന്ധതയാലറിയാതെ

12. പുരാണപ്രസിദ്ധയായ ജൂതകർഷകവനിത.

13. മനുഷ്യർക്കെല്ലാം പിതൃദേശവും വംശവും ഒന്നുതന്നെയാണ്. കാലാന്തരത്തിൽ അവർ പല ദേശക്കാരായും വർഗ്ഗക്കാരായും മതക്കാരായും തീർന്നു. ഇണങ്ങിയും പിണങ്ങിയും ചത്തും കൊന്നും കണ്ണീർപ്പുഴകൾ സൃഷ്ടിച്ചു. അവരെന്നാണ് ജ്ഞാനത്തിന്റെ, സാഹോദര്യത്തിന്റെ ജന്മഭൂമിയിൽ തിരിച്ചെത്തുക!

തൻമനസ്സാക്ഷിയെ വഞ്ചി,-
 ച്ചശ്രുസാനുവിൽ

പാത പലതുഴുതിട്ടാം,
 ഒരുപക്ഷേ, തകർത്തിട്ട
പാതിലോകത്തിന്റെ ചാരം
 ചവിട്ടിയിട്ടാം,

മഹത്താം ജ്ഞാനത്തിലൂടേ-
 യഴലൂടേ,യലിവൂടേ,
മടങ്ങിയെത്തിടുവതാ
 സ്വന്തമിസ്രേയ്‌ലിൽ!

(15-8-1954)

∎

കടൽക്കാക്കകൾ[1]

മദ്ധ്യാഹ്നത്തിലെ മണി മുട്ടുന്നൂ
വിദ്യാലയവും വിട്ടിപ്പോൾ

അണമുറിയെ, പ്പുഴവെള്ളംപോൽ, തെരു-
വണവൂ ബാലകസംഘങ്ങൾ,

വായ്ക്കും കൊതിയോടവരവർ വീട്ടിലെ
വാത്സല്യത്തിൻ ചോറുണ്ണാൻ...

എന്നാലുണ്ടൊരുകൂട്ടം കുട്ടിക-
ളെങ്ങും പോകാനില്ലാതെ

നില്പൂ പള്ളിക്കൂടവളപ്പിലെ
നിഴലുകൾതോറും നിഴൽപോലെ.

ഞാനുണ്ടേട്ടനുമക്കൂട്ടത്തിലൊ-
രൂണിനു വകയില്ലാഞ്ഞല്ല,

നാഴിക നാലര വേണം വീട്ടിൽ
പോയിവരാ, നിടയില്ലല്ലോ.

ചായക്കടയിൽ 'കുളിയാശുദ്ധ'വു-
മായിക്കയറുക വയ്യല്ലോ.

അങ്ങനെ ചുറ്റും വെയിലും കുടലിൽ
പൊങ്ങിന പശിയും കാളുമ്പോൾ

കുടയും കൊറ്റും കൂടാത,ങ്ങിരു
കുടുമ വളർത്തിയ ദൈന്യങ്ങൾ

താവിന തൃപ്ത്യാ ചുമരിൻ മുകളിൽ
പ്രാവുകൾ കൂവും മൊഴി കേട്ടും,

---

1. എറണാകുളത്തെ ഗൃഹവിദ്യാലയജീവിതങ്ങളുടെ പശ്ചാത്തലം.

അരിമണിപേറിപ്പോകുമുറുമ്പിൻ
വരികളിലലസം കണ്ണിട്ടും,

കൂടീ ഞങ്ങൾ, അടിക്കടി വറ്റി-
ക്കുറയും പാഴ്കെടുനീർപോലെ.

ഓരോ കുട്ടികളങ്ങു 'കിളിത്ത'-
ട്ടോടി വിയർത്തു കളിക്കുമ്പോൾ

ഒക്കെ മറന്നിനിയക്കളി കാണാൻ
നിൽക്കിലുമുണ്ടൊരു വൈഷമ്യം,

കള്ളക്കുട്ടികളൂണു കഴിഞ്ഞൊരു
കയ്യു മുഖത്തു മണപ്പിക്കും!

ചൊല്ലിടുമേട്ടൻ, "നമ്മൾക്കനിയാ,
ചെല്ലുക കായൽക്കരയോളം.

കായൽത്തിരകളിൽ നീന്തിവരും കുളിർ-
കാറ്റിൽ വിശപ്പറിയില്ലല്ലോ."

അങ്ങനെ പട്ടണവീഥിയിലൂടേ
തങ്ങളിലൊന്നും മിണ്ടാതെ

ഞങ്ങൾ നടന്നാക്കായലിറമ്പിൽ
പൊങ്ങിന കാറ്റിൻ വീചികളിൽ

തൊങ്ങൽച്ചില്ലകൾ വീശിപ്പാടി-
ത്തങ്ങിന ചൂളമരച്ചോട്ടിൽ

പരുഷം കായകൾ ചിന്നീടും തണൽ
പറ്റിയിരുന്നൂ പാവങ്ങൾ!

കത്തും വെയിലിൽ വിരിഞ്ഞു കിടന്നൂ
കരയും കായലുമൊന്നോടേ.

പൊരിവെയിലത്തു കരിങ്കൽച്ചില്ലുകൾ-
പോലെ തിളങ്ങും തിരനിരയിൽ

പായവിരുത്തിപ്പലപല വഞ്ചികൾ
പായും വീഥിക്കപ്പുറമായ്

മുട്ടിത്തേങ്ങും കായലിനെക്കടൽ
കെട്ടിപ്പുണരും മേഖലയിൽ

ചെല്ലച്ചിറകു വിരുത്തിക്കടലിലെ
വെള്ളക്കാക്കൾ പാറുമ്പോൾ

അവയോടൊത്തു പറന്നൂ മന്മന-
മറ്റം കാണാത്താഴികളിൽ

പുതുനരജീവിതസസ്യപ്പച്ചകൾ
പുലരുവൊരത്ഭുതവേലകളിൽ.

ഉള്ളതുമൂഹിച്ചതുമെല്ലാ, മെ-
ല്ലുന്തിന നെഞ്ചിലണച്ചു തദാ

നിഭൃതമിരുന്നേൻ, പ്രകൃതീശ്വരിയുടെ
നീലവിശാലമടിത്തട്ടിൽ.

ഏതോ ശീതളപാണികൾപോൽ വ-
ന്നെന്നെത്തഴുകീ തെന്നലുകൾ.

കണ്ണടയാത്തൊരു വാത്സല്യത്തിൻ
കനിവു നുകർന്നു മയങ്ങുമ്പോൾ

കാലുകുടഞ്ഞൂ വാക്കുകളില്ലാ-
ക്കവിതകളെന്നുടെ ഹൃദയത്തിൽ

പൈദാഹാർത്തവരൾച്ചെടിമേലോ
പാട്ടുകൾ കൂടുചമയ്ക്കുന്നു!

പറയുന്നേട്ടൻ, "പണ്ടൊരു കാര്യം
പറ്റിച്ചൂ വല്യമ്മാവൻ

തക്കത്തിൽ കേവഞ്ചിയിലങ്ങോർ
വയ്ക്കത്തേക്കു തിരിക്കുമ്പോൾ,

രാത്രിയിലൊക്കെ മറന്നരയന്മാർ
വേർത്തു കഴുക്കോലൂന്നുമ്പോൾ,

കാലേവച്ചവർ കരുതിയ ചോറും
കടുമണമിയലും മീൻകറിയും

ഓർത്തുസഹിക്കാതങ്ങോരൊടുവിൽ
പാത്തു കിടന്നവ സാപ്പിട്ടു"

"ആരു പറഞ്ഞൂ?" "ചൊല്ലീതൊരുനാ-
ളമ്മയൊടിക്കഥയമ്മായി"

മനസാ ഞാൻ നിരുപിച്ചേൻ വലിയ-
മ്മാവൻതന്നുടെ മാഹാത്മ്യം

സ്ഥൂലമഹോന്നതവിഗ്രഹ, മാജ്ഞാ-
ശീലമിയന്നോരിടിനാദം,

ഗൗരവഭാവം, ഭസ്മം, തിലകം,
ഗൗരീശങ്കരരുദ്രാക്ഷം

സമ്പ, ത്തനുചരസംഘം, നാട്ടിൽ
സകലജനാദൃതനദ്ദേഹം.

ശുദ്ധാശുദ്ധവിധിക്കു തനിക്കൊരു
ശൂരതയുണ്ടു വിശേഷിച്ചും.

ആ വിധിയത്രേ ഞങ്ങൾക്കുച്ച-
യ്ക്കാകെപ്പട്ടിണിവിധിയായി!

ഓർത്തേൻ, ഓരോ 'കാഴ്ച'യുമായ്‌വ-
ന്നേഴകൾ സമയം കാക്കുമ്പോൾ

ഉച്ചയ്ക്കൂണു കഴിഞ്ഞിന്നേര-
ത്തുമ്മറമാർന്നെഴുമമ്മാവൻ

ഉറ്റ സദസ്സിൽ ഭാഗവതം പാ-
ട്ടുച്ചം, മധുരം, വായിപ്പൂ.

വായന പകലും രാവിൽ ഭജനയു-
മായവർ കൂട്ടംകൂടുമ്പോൾ

കാവലിരുന്നിടുമകലത്താണവർ
കണ്ടും കേട്ടും ഗതിനേടാൻ

രാവിൽ മുഴങ്ങും ഭഗവന്നാമം
"ഗോവിന്ദാ ഹരി ഗോവിന്ദാ"

"അവിടെക്കേൾക്കട്ടേ,"യെന്നോതിടു-
മാവേശത്തോടമ്മാവൻ

"എവിടെക്കേൾക്കണ,"മെന്നൊരു സംശയ-
മമ്മയൊരിക്കൽ ചോദിക്കെ,

"വൈകുണ്ഠത്തിൽ കേൾക്കണമത്രേ"
വ്യാഖ്യാനിച്ചാളമ്മായീ!

ക്ലാസ്സുകൾ വീണ്ടും കൂടാറായീ
കായൽക്കരവിട്ടന്നേരം

ചിന്തകൾ പൂട്ടി നടന്നൂ, വാടിയ
ചീരകൾപോലെ തളർന്നെങ്ങൾ.

പള്ളിക്കൂടപ്പടിവാതിൽക്കൽ-
പ്പലമുറിയുള്ളൊരു തട്ടത്തിൽ

പലഹാരങ്ങൾ, മിഠായികൾ, വച്ചൊരു
പാണ്ടിപ്പിള്ളയിരിക്കുന്നൂ;

ഉണ്ണികൾ നീട്ടും ചില്ലികൾ മേടി-
ച്ചെണ്ണി, യളന്ന, വ വില്ക്കുന്നു.

പെട്ടെന്നവിടെത്തങ്ങീ ഞാനാ-
ത്തട്ടം നിറയും മിഴിയോടേ

ചാരുമണം പൂണ്ടെത്ര തരത്തിൽ
ചായം ചേർത്തൊരു മധുരങ്ങൾ!

ഏട്ടൻ പോയീ, വാങ്ങാൻ കൂടിയ
കൂട്ടം പോയി, തനിച്ചായ് ഞാൻ.

നീങ്ങാതപ്പൊഴുമങ്ങു മിഠായികൾ
നുണയും മിഴിയൊടു നിന്നൂ ഞാൻ

മൂന്നാംമണിയായ്, മുന്നോട്ടൊരു പദ-
മൂന്നാതങ്ങനെ ഞാൻ നില്ക്കെ,

പലഹാരത്തിലൊരെണ്ണമെടുത്താ-
പ്പാണ്ടിക്കാരനെനിക്കേകി.

“മകനേ, ഹാ ദയതോന്നും, നിൻ ചെറു-
മുഖമിതിനാലെ കുതിർക്കട്ടെ.”

കൊതിയുടെയമൃതു ഭുജിച്ചേൻ, മാന-
ക്ഷതിയുടെ തിക്തവുമപ്പോലെ!

ആരോ കണ്ടു പറഞ്ഞൂ വീട്ടി, ലൊ-
രടിയുടെ പൂരവുമുണ്ടായി.

നാനാജാതിമതങ്ങൾക്കേകം
നാകം തീർത്തൊരു കേരളമേ,

തമ്മിൽ തീണ്ടാതവയെപ്പലപല
താവളമേകിയിരുത്തീ നീ

നെല്ലും മോരും കല്ലുംകൊണ്ടേ
നെയ്തൂ നീ പൊതുസംസ്കാരം!

കാലം മാറീ, വീണ്ടും ഞാനീ-
ക്കായൽക്കരയിൽ സ്ഥിതിചെയ്കേ,

തുറമുഖവാതിലിലൂടെ വരുന്നൂ
തുംഗാകാരക്കപ്പലുകൾ

“നീയെവിടുന്നോ?” “നീയോ,” തങ്ങളിൽ
നീട്ടിവിളിച്ചവ ചോദിപ്പൂ.

ഏഴു സമുദ്രം താണ്ടി, ച്ചുറ്റിലു-
മെഴുപതു നാടുകൾ മേളിക്കേ,

പശിയില്ലെന്നാലിന്നുണ്ടെന്നിൽ
പാടേ പുതുതാം പൈദാഹം.

അവരോടൊപ്പമൊരേയൊരു തീയിൻ
നവരോചിസ്സിൻ വലയത്തിൽ

പറ്റിയുരുമ്മിപ്പാനംചെയ്തും
പല കഥ ചൊന്നുമിരുന്നെങ്കിൽ!

അക്കഥയൂടെ മനുഷ്യകുലത്തി-
ന്നുൽഗതിതാളമറിഞ്ഞെങ്കിൽ!

കൊള്ളാൻ, വല്ലതുമൊന്നു കൊടുക്കാ-
നില്ലാ,തില്ലൊരു മുൾച്ചെടിയും

ഉദയക്കതിരിനെ മുത്തും മാനവ-
ഹൃദയപ്പനിനീർപ്പൂന്തോപ്പിൽ.

ആ ഹൃദയങ്ങളിലൂറിത്തെളിയും
സ്നേഹമരന്ദത്തുള്ളികളും.

വീർപ്പു, വിയർപ്പും, കണ്ണീരും ദൈ-
വാർപ്പണമാമുൾക്കണ്ണീരും,

പുൽകി, ത്തെളിനീർ തൂകിത്തൂകി-
പ്പുതിയ മഴക്കാറ്റൂതുമ്പോൾ

കായൽച്ചൂളമരങ്ങൾകണക്കെൻ
കവിതകളുണ്ടതിൽ മൂളുന്നു.

കടലിലെ വെള്ളക്കാക്കകൾപോലെൻ
കവിതകളതിലുണ്ടാർക്കുന്നൂ.

അവയിൽത്തേങ്ങിയലയ്ക്കുന്നു,ണ്ടേ-
ഴാഴികളോളമൊരാഹ്ലാദം!

∎

യുഗപരിവർത്തനം

ആതിര പോയീ, പിന്നെ-
      പ്പിന്നെ നിൻ പിറന്നാളു-
മാഗതമായീ ഭദ്രേ,
      മാനസം മധുരിപ്പൂ.

പുലരുംമുമ്പേ പോന്നൂ
      കുളിച്ചുതൊഴുതു നാം
പുകമഞ്ഞെങ്ങും മൂടി-
      ക്കിടക്കുമിപ്പാടങ്ങൾ

ഇന്നലെയന്തിക്കങ്ങോ-
      ട്ടിങ്ങോട്ടീ വഴി,വെമ്പി-
ത്തൻ വധൂനിലയങ്ങൾ
      തേടിയോരാ ഗ്രാമീണർ

പേർത്തിഹ മടങ്ങുമ്പോൾ
      തമ്മിലോതീടും താംബൂ-
ലാർദ്രമാം നാനാകുശ-
      ലോക്തി കേട്ടുണർന്നീലാ.

വെള്ളകീറിയേയുള്ളൂ
      കിഴക്കു, നിലാവിന്റെ
മുല്ല വാടീല, പനീർ-
      പ്പൂവുകൾ വിരിഞ്ഞീലാ.

നേർത്തലിഞ്ഞീടും മഞ്ഞി-
      ലൂളിയിട്ടെത്തീടുന്നൂ
പൂത്ത മാന്തോപ്പിൻ മണം
      പുലരുന്നൊരു തെന്നൽ.

എത്രയോ ഹൃദ്യം നമു-
      ക്കീ മണ,മതിലൂടെ-
യെത്തിടും സവിഷാദ-
      മധുരസ്മൃതികളും!

നിറവുറ്റൊരാപ്പോയ
കാലത്തെ, നന്ദ്യാദര-
നെറിവുറ്റൊരാ നാനാ-
ലോകരെ, ഞാനോർമ്മിപ്പൂ.

വേലചെയ്‌വതേക്കാളും
വേല ചെയ്യിക്കുന്നതേ
ശീലമാം തറവാട്ടിൻ
സുകൃതക്കൊടിയാം നീ

വേട്ട നാളെന്നോടോതീ,
"സ്നേഹിക്കുകെന്നെ,ദ്ദുഃഖ-
മേറ്റിടാ,തതു സഹി-
ച്ചീടുവാനരുതു മേ."

ശരിയാ,ണപശബ്ദം
കേൾക്കിലും വിറയ്ക്കുന്ന
തരമാണു നീ, വീണ-
ക്കമ്പികൾ ഞരമ്പുകൾ.

നീറ്റിടുമസൂയയാൽ
പുകയുമ്പോഴും നിന്നെ-
പ്പോറ്റിനേ,നുല്ലാളിച്ചേൻ
മാനിച്ചേനനുദിനം.

കൂറൊടംഗനമാരെ-
യാദരിപ്പതേ ചാരു-
കേരളസംസ്കാരത്തിൻ
കേന്ദ്രബിന്ദുവെന്നോർപ്പൂ.

അർഹത കാട്ടീ നീയും;
പരന്ന പഠിപ്പാലു-
മത്ര ഞാൻ പ്രാപിക്കാത്ത
സൗശീല്യസൗജന്യങ്ങൾ

പ്രകൃത്യാ നിന്നിൽ കാണായ്,
നിന്നെ നേർക്കറിയലെൻ
മഹത്താമനുഭവം—
മുഴുമിച്ചില്ലിന്നിയും!

പതിവായ് നിൻ കൈപ്പുണ്യ-
    മാസ്വദിക്കാ,തിങ്ങു നിൻ
സ്തുതിപാടാതേ കണ്ടീ-
    ലൊരു പാവത്തിൻ നാവും.

വാനിലെങ്ങാനും കൃഷ്ണ-
    പ്പരുന്തിൻ ചിറകാട്ടം
കാണുകി,ലുന്നാളമാം
    കരകുഡ്മളത്തോടേ

"വാഹനം, ഭഗവാന്റെ
    വാഹന"മെന്നോതി നീ
ഹാ! ഹസിച്ചീടുന്നെന്നെ-
    ക്കൊണ്ടുമേ കൈകൂപ്പിക്കും!

ആവിധം പ്രശാന്തമീ
    നാട്ടി,ലാശ്രിതന്മാർക്കും
ദേവതമാർക്കും നന്മ
    ചെയ്തു നാം ജീവിക്കവേ

കാലങ്ങൾ മാറീ, പുരാ-
    ണാസ്ഥികൂടങ്ങൾക്കൊപ്പം
കാണുന്നു വിദ്യുച്ഛക്തി-
    ത്തൂണുകൽ നെൽപാടത്തിൽ

കുന്നിലെക്കരിംപന
    പോ,യതിൽ കുടിവെച്ചി-
രുന്ന യക്ഷിയിന്നഭ-
    യാർത്ഥിനിയായിട്ടുണ്ടാം!

ഇന്നലെപ്പൂങ്കോഴിതൻ
    കൂകലേ ചെവിക്കൊണ്ടോ-
രിന്നു കമ്പനിച്ചൂള-
    വിളികേട്ടുണരുന്നു.

കണ്ടു ഞാനിന്നാളയൽ-
    പാടത്തു, പെരുംകൊഴു-
കൊണ്ടുഴുമൊരു യന്ത്രം,
    ആയതിൻ ജയോദ്ഘോഷം

മൂകമായ് ശ്രദ്ധിച്ച മൂ-
　　വായിരം കൊല്ലങ്ങളും
മൂരികൾ കൃഷിക്കാരും
　　മണ്ണുമുൾത്തരിപ്പാർന്നോ?

അറിയി;ല്ലെന്നാലും മൃത്-
　　പ്രായരാം മനുഷ്യർതൻ
കരളിൽ സ്ഫുരിക്കുന്നു-
　　ണ്ടന്ധമാമൊരു ശക്തി.

ഇന്നലെസ്സന്ധ്യയ്ക്കു നാ-
　　മീവഴി പോകെ,ക്കണ്ടു
മുൻനിലയ്ക്കൊഴിഞ്ഞു വ-
　　ന്ദിച്ചോരാക്കുടിക്കാരൻ

ഒന്നു ഞാൻ തിരിഞ്ഞുനോ-
　　ക്കീടവേ കാണായ്, ക്രൂരം
തൻ നെടുംകരമുഷ്ടി
　　ചുരുട്ടിയുയർത്തുന്നു!

ഞാനതു കാൺകെ,ത്തല
　　ചൊറിയും ഭാവത്തോടും
മ്ലാനമാം ചിരിയോടും
　　നടന്നാനവൻ വീണ്ടും.

നാടു, വേരുകൾ പൊട്ടി
　　ത്വരിതം ചലിക്കവേ
ചോടുതെറ്റിയെൻ കരൾ
　　തേങ്ങുന്നു, മന്ത്രിക്കുന്നു:

"ഹാ സഖി നീയെന്നോടു
　　ചേർന്നുനിൽക്കുക, വീതോ-
ല്ലാസമായ് മങ്ങീടുന്നൂ
　　ജീവിതം, ജീവൻപോലെ

മുമ്പു നാം സ്നേഹിച്ചവ-
　　രകന്നോ, മൃതിപെട്ടോ,
വൻപകയോടെ ചേരി
　　മാറിയോ പൊയ്പോകുന്നു.

ക്ഷുബ്ധമായ്, കലുഷമായ്
പ്രവഹിക്കുന്നൂ കാലം,
എത്രയുമസ്വസ്ഥമാ-
ണുലകം, തിരക്കിലും

ഇന്നു നാമേകാന്തത-
യിങ്കലാ,ണുറമഞ്ഞു
വന്നു ബന്ധിച്ചാൽപോലെ
ഹൃദയം മരവിപ്പൂ.

ആ മരവിപ്പിൻ മീതേ
ചവിട്ടി മുന്നേറുന്നൂ
നാമറിയാത്തോർ, ഒട്ടും
നമ്മളെയറിയാത്തോർ.

ക്ഷമ ദുർബ്ബലതയായ്,
നിയമം ചതിയായി,-
സ്സമയം ധനമായി,-
ട്ടന്നമീശ്വരനായി,

പ്രേമമൊരുമിനീരായ്
കാണുവോർ, കായിൻപേരിൽ
പൂ മതിക്കുവോർ, ഒന്നും
പുണ്യമായെണ്ണീടാത്തോർ.

പങ്കിടാനെല്ലാം, എല്ലാ-
വരെയും തൊഴിലിങ്കൽ
പങ്കെടുപ്പിക്കാൻ യന്ത്ര-
കാഹളം മുഴക്കുവോർ!

ഈ ലഹളയിൽ സ്വൈര-
ജീവിതഗീതത്തിന്റെ
താളവും ലയവും പോയ്
നമ്മളമ്പരന്നാലും

തിരുത്തപ്പെടാം തീക്ഷ്ണ-
വാദങ്ങളി, വരോടു
പൊരുത്തപ്പെടാം നമു-
ക്കെന്നു ഞാനാശിക്കുന്നു.

ഒളിതിങ്കളിൻ കാൽപ-
 നികമാം കല, മഞ്ഞി-
ലലിയും മായാലോക,-
 മിഷ്ടമാണെനിക്കെന്നാൽ,

മൂശയിലുരുക്കുപോൽ
 കിഴക്കു പുലർവെട്ടം
പേശലമുരുകവേ,
 ഞാനഭിലഷിക്കുന്നു,

ഇരിമ്പുമിരമ്പുന്നൊ-
 രൂർജ്ജവും യുവാക്കൾതൻ
ഞരമ്പിലൂടെ പാളും
 നൂതനചൈതന്യവും

പാറവെട്ടാനും പുഴ-
 യ്ക്കണകെട്ടാനും വിദ്യു-
ദ്ധാരയാൽ പൊതുകർമ്മ-
 ശാലകളൂട്ടീടാനും

കൂട്ടായ കൃഷിഭൂവിൽ
 യന്ത്രത്തിൻ കലപ്പയാൽ
പൂട്ടാനും, കതിർ കൊയ്തു
 കൂട്ടാനും, ത്വരിക്കവേ,

ആ മഹാസംരഭത്തിൻ
 സംഘഗാനത്തിൽ ചേർന്നു
നാമനുഭവിക്കാം പ-
 ണ്ടില്ലാത്തൊരഭിമാനം.

ഈടുവെപ്പുകളെല്ലാം
 പോകിലും പുതിയോരു
നാടു നമ്മുടേതാകാം,
 അസംഖ്യം തോഴന്മാരും!"

■

കൃഷ്ണാഷ്ടമി

നല്ലൊരു നീതിമാനാണേ സാക്ഷാൽ
ദില്ലിയിൽ വാഴുമീ 'ഷാഹൻഷാ'[1]

തെണ്ടിനടപ്പതിനങ്ങോരെന്നെ-
ക്കൊണ്ടു തുറുങ്കിനകത്താക്കി.

ചെറ്റും പോംവഴിയില്ലാത്തോർക്കിഹ
കൊറ്റും പായും സൗജന്യം!

കൂടിയ പുള്ളികളാണാ ജയിലിൽ
കൂടിയതൊറ്റമുറിക്കുള്ളിൽ.

കെട്ടിയ പെണ്ണിൻ നാവാൽ സ്വൈരം
കെട്ടു നഗരിയിൽ വന്നെത്തി

ഒട്ടു പകലിലിരന്നും, രാവിൽ
കട്ടു, മലഞ്ഞിടുമീ ഞാനും,

ഗുസ്തിയിൽ തോറ്റുതോറ്റാരോടും കല-
ഹത്തിനു നിൽക്കും രാംസിംഗും,

'കൊത്തുവാൾ'ച്ചേരികൾതോറും മാനം
വിറ്റു നടക്കും 'മീനാ'യും,

ചൂതുകളിക്കാരോടിടകൂടി-
ച്ചുറ്റും പയ്യൻ രാജീവും,

വശ്യമരുന്നുകൾ വിൽക്കും തെക്കനും,
നൊസ്സുപിടിച്ചൊരു പക്കീരും

ഉണ്ടിരുസന്ന്യാസിമാരു,മവർക്കോ
ശുണ്ഠി കലർന്നൊരു ഗാംഭീര്യം

ചുണ്ടിലഭംഗുരമായൊരു മൗനം,
മുണ്ടിനരയ്ക്കൊരു കൗപീനം.

1. രാജാധിരാജൻ

ഒറ്റമരത്തിൽ കുരങ്ങുക,ളങ്ങനെ-
യൊത്തൂ ഞങ്ങൾ തുറുങ്കറയിൽ

ദില്ലിയിലോടമണക്കുന്നോർക്കിതി-
നുള്ളിലെ നാറ്റം നിസ്സാരം.

വല്ലതുമഷ്ടികിടയ്ക്കാത്തോർക്കീ-
ക്കല്ലരി നല്ലൊരു സൽക്കാരം.

മങ്ങലിലെന്നും മേവുന്നോർക്കീ
മണ്ണുവിളക്കുമലങ്കാരം!

ചേതം വന്നിതു ഞങ്ങൾക്കെന്നാൽ
സ്വാദു പെരുക്കും സ്വാതന്ത്ര്യം.

എന്നാൽ ദില്ലിയിൽ വാഴും മന്നോർ-
മന്നനുമുണ്ടോ സ്വാതന്ത്ര്യം?

മാനംമുട്ടും കൊട്ടാരത്തിൻ
മാതിരിയേതൊരു ജെയ്ലുള്ളൂ?

അങ്ങനെ ശാന്തിയശാന്തികളാർന്നീ
ഞങ്ങളിരുന്നൂ ബന്ധത്തിൽ.

തേവിടിപ്പെണ്ണുമായ് മന്ത്രിച്ചങ്ങനെ
മേവീ തെക്കൻവ്യാപാരി

രാവുപകലുകൾ കൂർക്കംവലിയാൽ
രാകിയുറങ്ങീ രാംസിംഗും

ഡംഭൊടിരുന്നൂ യോഗികളങ്ങിരു-
വൻപുലിപോലെ പുലിത്തോലിൽ.

ഹുക്ക നിറച്ചുകൊടുത്തൂ പയ്യ,ന-
തെക്കിവലിച്ചൂ പക്കീരും.

അപ്പടി നാളുകൾ പോകെ, ശ്രീകൃ-
ഷ്ണാഷ്ടമിയായീ ഞാനോർത്തു:

മാമക നാടാം വംഗത്തിൽ, കു-
ഗ്രാമതടത്തിന്നങ്കത്തിൽ,

കാലിക്കുടമണിനാദം കാതിന്
പാലമൃതൂട്ടും രംഗത്തിൽ

ഏതൊരു വീട്ടിലുമിന്നൊരു മേഘ-
ശ്യാമളനുണ്ണി പിറക്കുന്നു.

കുഞ്ഞിക്കൈയു നുണയ്ക്കേ,ക്കർഷക-
നെഞ്ചിലൊരൻപു ചുരക്കുന്നു.

തേനൊലിവായ ചിരിക്കേ,ദ്ദീപ-
ശ്രേണികൾ ചുറ്റും കത്തുന്നു.

കൊഞ്ചലുതിർക്കേ,ച്ചേങ്ങില കൈമണി
കൊട്ടിക്കേവലർ പാടുന്നു

പഞ്ഞക്കെടുതിയിൽപ്പോലും പാതയിൽ
പാട്ടും ഭജനയുമാഘോഷം!

തത്ര തുറുങ്കിലിരുന്നൊരു ഗാനം
താനറിയാതേ ഞാൻ പാടീ,

താമരക്കണ്ണനെത്താരാട്ടാട്ടും
തായ യശോദതൻ പുന്നാരം.

പല്ലവലോലമാപ്പാട്ടിന്നെൻ പാഴ്-
ത്തൊള്ളയാൽ ഞാൻ പരിക്കേല്പിക്കേ,

പല്ലവി പാടുവാൻ കൂടീ പേർത്തെൻ
കല്ലറയ്ക്കുള്ളിലെ മിത്രങ്ങൾ.

കൈവശമെത്തീ തോഴർക്കങ്ങിരു-
കൈമണി, ഗഞ്ചിറ, സിത്താറും.

തൻ തുടയിന്മേൽ ഗുസ്തിക്കാരൻ
താളംപിടിച്ചു തിമിർക്കുമ്പോൾ,

ചെംപനിനീരലർത്തേനെതിർനാദം
ചെമ്മേ മീനയുതിർക്കുമ്പോൾ,

ചെഞ്ചിട കെട്ടിയ തൻ തലയാട്ടി-
ച്ചേർന്നൂ യോഗികൾ മേളത്തിൽ.

ഗോപന്മാരായ് ഞങ്ങ,ളക്കല്ലറ
ഗോകുലമായാഗ്ഘോഷത്തിൽ.

‘കണ്ണാ ഞങ്ങൾ നിൻ കായാംപൂവുടൽ
കണ്ണീർകൊണ്ടു കുളിപ്പിക്കാം.

വിശ്വപിതാവാം നീയീ ഞങ്ങടെ
കൊച്ചുകിടാവായ് വന്നല്ലോ.

ഞങ്ങടെ പുണ്യമി,തല്ലെന്നാലോ
നിൻ കരളേലും കാരുണ്യം.

ഗാഢം നിന്നെ മുകർന്നേ നില്പൂ
മൂഢം ഞങ്ങടെ വാത്സല്യം.

കാലിക്കുളമ്പണി മൺപൊടിതാവും
പീലിത്തിരുമുടി കെട്ടിപ്പാൻ.

സ്വിന്നമാം പൂങ്കവിളൊപ്പാൻ, നാനാ-
വർണ്ണവനമാല ചാർത്തിപ്പാൻ,

ഇച്ഛപോൽ പാൽ തയിർ വെണ്ണകളൂട്ടി-
ക്കൊച്ചു കുടവയർ വീർപ്പിക്കാൻ,

ചന്തമിയന്നു തുളുമ്പും പൂവൽ-
ച്ചന്തിയിലോമനനുള്ളേകാൻ,

കണ്ണാ, നിന്നെ മടിയിലിരുത്താൻ,
കാലിൻ പൂമ്പൊടി ചൂടീടാൻ,

കങ്കണനൂപുരനാദം പൊങ്ങും
നിൻ കളിയാട്ടം കണ്ടീടാൻ,

കോലക്കുഴൽവിളി കേൾപ്പാ,നുൾക്കൊതി
കൊൾവൂ ഞങ്ങടെ വാത്സല്യം.

മംഗളമെന്തിനു വേറെ? പിച്ചകൾ
ഞങ്ങളിതൊന്നേ പ്രാർത്ഥിപ്പൂ

കായാമ്പൂവുടൽ കാണ്മാൻ, നീയാം
പീയൂഷത്തിലലിഞ്ഞീടാൻ.’

ആ മട്ടിൽ ഞാനുമെൻ തോഴരും ഗോപ-
ഗ്രാമത്തിൻ ഗാനമൊഴുക്കുമ്പോൾ

അഞ്ചിതതാളമതിങ്കൽ തുടിച്ചൂ
ഗഞ്ചിറ, കൈമണി, സിത്താറും.

ഞാനങ്ങു നിർത്തവേ, നീളെത്തുടർന്നൂ
ഗാനങ്ങൾ മീനയും രാജീവും

(എന്തൊരു പൂങ്കുയിലാണെന്നോ, മര-
മന്തനാ രാജീവിൻ കണ്ഠത്തിൽ!)

പിന്നെയാസ്സന്ന്യാസിമാരും പാടീ
മന്ദ്രഗഭീരമാം ശബ്ദത്തിൽ

സാരം തിരിഞ്ഞീല, ഞങ്ങൾ,ക്കെല്ലാം
സാരസനേത്രനു സൽക്കാരം!

ഞാനറിയുന്നേൻ (നിത്യാന്ധർക്കതു
കാണുക ശക്യമല്ലെന്നാലും)

കണ്ണൻ വന്നു തുറുങ്കി,ലീ ഞങ്ങടെ
മുന്നിലിരുന്നൂ സോല്ലാസം

ആ നില കാൺകെ പ്രേമത്താൽ പുള-
കാകുലമായി ജഗത്തെല്ലാം!

രാപകലങ്ങു തുറുങ്കിൽ കീർത്തന-
രാഗം മാറ്റൊലികൊള്ളിക്കെ,

കാരാഗാരകപാലകർ ചുറ്റിലു-
മാരാൽ കൂടി ശ്രദ്ധിക്കേ,

നെയ്യുവിളക്കിന്, നൈവേദ്യത്തിന്,
നേമിച്ചോരോന്നെത്തിക്കേ,

ആയവർ ഞങ്ങളും കണ്ണനു കൂട്ടാ-
മാനായച്ചെറുബാലകരായ്;

കാലികളായീ, വൃന്ദാരണ്യ-
ച്ചോലയിൽ മെത്തും പുല്ലുകളായ്;

കാളിയപന്നഗമായി, പാപം
കാളിന ഞങ്ങളെ പത്തികളിൽ

കേളിമുഴങ്ങിന മർദ്ദനനർത്തന-
കേളികളാടീ ഗോപാലൻ.

അത്യാനന്ദലയത്തൊടു പക്കീർ
സിത്താർ മീട്ടിയിരിക്കുമ്പോൾ

രാവിലൊരുന്നാൾ കാളിന്ദീസഖി
രാധിക തൻ വിധുരാലാപം

മീന മൊഴിഞ്ഞു വീണ്ടും വീണ്ടും
ദീനമനോഹരരാഗത്തിൽ.

"നാളെ വരാമെന്നോതി മഥുരയ്ക്കു
നാളീകലോചനൻ പോയല്ലോ!

നാളെയെന്നെത്തു?മെൻ താരുണ്യക്കടൽ
വേലിയിറക്കവുമായല്ലോ!

എമ്മട്ടു ഞാൻ തടഞ്ഞീടും, തന്വികൾ-
ക്കേറ്റംപോലെ താരുണ്യം.

ആയതിറക്കം തുടങ്ങീടിൽ പൊയ്-
പോയതു താനെന്നെന്നേക്കും.

ജീവിച്ചിരിക്കുകിൽ ഞാനൊരുനാളെൻ
ജീവിതനാഥനെ വീണ്ടേക്കാം.

ആമിതു, പക്ഷേ,യെന്തൊരു സത്വര-
ഗാമിയാണെന്നോ താരുണ്യം!

കാർവരിവണ്ടു പറന്നേപോയെൻ
ജീവിതവല്ലരി പൂത്തപ്പോൾ.

നിഷ്ഫലമെൻ പരിഫുല്ലം യൗവന,-
മെപ്പോഴുതെത്തും പ്രാണേശൻ?

വേഗം പോക നീ തോഴീ നാഥനെ-
ന്നാഗമിച്ചീടു,മറിഞ്ഞാലും,

മാനസചോരനെത്തേടിപ്പോവേൻ
മാനംവെടിഞ്ഞു ഞാനല്ലെങ്കിൽ."[2]

ആ വധുവിന്റെയനശ്വരഗാനം
താവും ഞങ്ങടെ ചുണ്ടുകളിൽ

ആതങ്കത്താൽ, ആനന്ദത്താൽ
അശ്രുകണങ്ങളടർന്നപ്പോൾ

രാവും ഞങ്ങളുമാ മധുരിക്കും
നോവു പൊറുക്കാനാവാതെ

പോവുകയായീ മാനസചോരൻ
മേവും ദൂരപുരം തേടി.

പിറ്റേന്നെന്തോ, ഞങ്ങളെ ജെയ്‌ലിൻ
പൂട്ടു തുറന്നു പുറത്താക്കി.

കണ്ണീരോടെ യാത്ര പറഞ്ഞൂ
കാരാഗാരകപാലകരും.

നല്ലൊരു നീതിമാനാണേ സാക്ഷാൽ
ദില്ലിയിൽ വാഴും ഷാഹൻഷാ

തീനും വൈനുമവീനും[3] കഴിച്ചഭി-
മാനം ചൂടിയിരിക്കുമ്പോൾ

അത്തിരുമുമ്പിൽ സമ്പത്തിൻ കൂ-
ത്താട്ടം കണ്ടു രസിക്കുമ്പോൾ

ദുഃഖിതലോകമുയർത്തും രോദന-
ദുർഗ്ഗന്ധങ്ങൾ സഹിക്കാതെ,

അല്പരസപ്പുരികത്താലങ്ങോർ
കല്പനയൊന്നു കൊടുക്കുന്നു

അപ്പൊഴകിഞ്ചനരങ്ങിങ്ങു കാറ്റിൽ
ചപ്പിലപോലെ പറക്കുന്നു,

ജെയ്‌ലിനകത്തേ,ക്കവ്വണ്ണം താൻ
ജെയ്‌ലു തുറന്നു പുറത്തേക്കും!

---

2. ചണ്ഡീദാസിന്റെ ഒരു ഗാനം.

3. ഒരു ലഹരിപദാർത്ഥം.

അങ്ങനെ പട്ടണവീഥിയിൽ വീണ്ടും
ഞങ്ങളലഞ്ഞു തിരിച്ചെത്തി.

നീണാൽ ഞങ്ങൾ തുറുങ്കിൽ പോറ്റിയ
നീലസ്വപ്നമുടഞ്ഞേപോയ്.

തമ്മിലകന്നൂ ഞങ്ങൾ, പരരുടെ
കർമ്മമെനിക്കെന്തോരാവൂ!

(ഗുസ്തിക്കാരനെയാരോ വഴക്കിൽ
കുത്തിക്കൊന്നെന്നു സംസാരം.)

പണ്ടു കഴിഞ്ഞപോൽ ഞാനെൻ കൊറ്റിനു
തെണ്ടിയും കട്ടും തേടുന്നൂ.

ഹന്ത, പഴകിയ ശീലംപോലൊരു
ബന്ധനമുണ്ടോ ലോകത്തിൽ?

പാവമെൻ കഷ്ടപ്പാടിനെപ്പറ്റി ഞാൻ
പാടിക്കേൾക്കണമെന്നുണ്ടോ?

നീലനിലാവിൻ കൊച്ചുകിനാവെൻ
നീറിന ചേതന പുൽകുമ്പോൾ

അക്കഥയല്പം ചൊല്ലിപ്പോയ് ഞാൻ
ഉൾകൃപകൊണ്ടു പൊറുത്താലും.

എൻ കഥ മാത്രവുമല്ലിതു, ദുഃഖം
തങ്കിടുമിത്തായ്നാടില്ലേ?

ആക്രമണങ്ങളും പോരും പഞ്ഞവും
തീക്കനൽ നെഞ്ചിലുതിർത്താലും

ഉത്സംഗത്തിലിരിപ്പൂ തായ-
യ്ക്കുണ്ണിക്കണ്ണൻ കാർവർണ്ണൻ.

മായാബാലനു ചൂടാനായിഹ
മൈലുകൾ പീലിവഹിക്കുന്നു.

മാറിൽ തൂവനമാലിക ചാർത്താ-
നേറിയ കാടുകൾ പൂക്കുന്നു.

ഓമൽച്ചുണ്ടിനു പൊൻകുഴലൂതാ-
നോടപ്പുല്ലുകൾ നീളുന്നൂ.

കുഞ്ഞിനുടുക്കാൻ സന്ധ്യകളാടകൾ
മഞ്ഞൾ പിഴിഞ്ഞു വിരിക്കുന്നു.

ഉള്ളിലുമങ്കതലത്തിലുമങ്ങനെ-
യുണ്ണിയിരുന്നു ചിരിക്കുമ്പോൾ,

പാലാഴിപ്പീയൂഷം നെഞ്ചിൽ
കാലാകാലം ചോരുമ്പോൾ,

അമ്മയ്ക്കെന്തിനു സന്താപം? ഹാ
നമ്മൾക്കെന്തിനു സന്താപം?

■

കണ്ണീർപ്പാടം

“ബസ്സു വന്നു പോയ്, ദൂരാ-
ലിരമ്പം കേൾപ്പൂ, വേഷം
വിസ്തരിച്ചതു പോരും,
അമ്പലത്തിലേക്കല്ലേ?”

പിന്നെയും ചന്തം ചാർത്തി-
ത്തങ്ങി നീ ഭദ്രേ, ബസ്സു
വന്നു, പോയ്, സവിഷാദം
നിന്നു നാമാലിൻചോട്ടിൽ.

സ്റ്റാൻഡിലെത്തണം വണ്ടി
കിട്ടുവാനിനി, ദ്ദൂരം
താണ്ടണമങ്ങോട്ടേക്കു
നാഴിക രണ്ടോ മൂന്നോ.

വഴി ലാഭിക്കാം പാടം
മുറിച്ചാ,ലെന്നോതി നീ
വരിഷപ്പാടം? ഞാനു-
മർദ്ധസമ്മതം മൂളി.

കുരുന്നുഞാറിൻ പച്ച-
ത്തലപ്പും, വരമ്പിന്റെ
ഞരമ്പുമല്ലാതെല്ലാ-
മാണ്ടുനില്ക്കുന്നൂ നീറ്റിൽ

ശ്വേതമായൊരു കൊറ്റി-
ച്ചിറകും ചലിപ്പീലാ
കൈതകൾ കഴുത്തോളം
വെള്ളത്തിൽ നില്പൂ ദൂരെ

കാർത്തിരക്കേറും വാനം
പല പോത്തിനെച്ചേർത്തു
പൂട്ടിന ചളിപ്പാടം-
പോലെയുണ്ടുഷച്ചോപ്പിൽ

"വഴുക്കുന്നുണ്ടേ," "നല്ല-
     താ വരമ്പാ,"ണെന്നൊക്കെ
മയത്തിലതുമിതും
     ദാക്ഷിണ്യം പറഞ്ഞാലും

ആ വഴിയൂടേ നീങ്ങീ
     മുന്നോട്ടു മന്ദം നമ്മ-
ളാവതും മിണ്ടാതെ;യാ
     മൗനത്തിന്നടിത്തട്ടിൽ

തമ്മിലത്രമേലിഷ്ട-
     മാകിലും, സ്നേഹസ്വാർത്ഥ-
ജൃംഭിതങ്ങളാൽ, പരി-
     ഭവത്താ,ലസൂയയാൽ

കാറുമൂടിയ കണ്ണീർ-
     പാടത്തു മുന്നോട്ടേയ്ക്കു,
കാലിടറവേ, നീങ്ങും
     മുഗ്ദ്ധമാം രണ്ടാത്മാക്കൾ

മുട്ടി മാഴ്കീടും നാദ,-
     മകലത്തെങ്ങോ കഴ
പൊട്ടിയ വെള്ളക്കുത്തിൻ
     മുഴക്കംപോലെ കേൾപ്പൂ!

ചെള്ളയിൽ കാൽതെറ്റിയും,
     കുടയേക്കൂസാതാർത്തു
തള്ളിന മഴയേറ്റും,
     നാം പോകെ,യാലോചിച്ചേൻ—

പോയ മഞ്ഞുകാലത്തി,-
     ലിന്നു മിക്കതും മുൾക്കാ-
ടായ ദാമ്പത്യത്തിന്റെ
     പനിനീർപൂന്തോട്ടത്തിൽ

വിടർന്ന പുഷ്പങ്ങളു-
     മായി, നാ,മേറ്റം പ്രിയം
പെടുന്ന ദുർഗ്ഗാക്ഷേത്രം
     ദർശിച്ചു മടങ്ങവേ

എട്ടുകാലികളുടെ
    മഞ്ഞുനീരണിവല-
ക്കെട്ടുകളുഷസ്സിന്റെ
    മുത്തുകട്ടകൾപോലെ

ചെരിഞ്ഞും ചാഞ്ഞും നെല്ലിൽ
    മിന്നവേ, തെളിഞ്ഞൊരീ
വരമ്പിലൂടെ മുന്നോ-
    ട്ടാഞ്ഞു ഞാനാഹ്ലാദത്താൽ

ഒപ്പമെത്തുവാൻ കേണാൾ
    നീ പൃഥുനിതംബിനി,
ഇപ്പോഴോ ഞാൻ പിന്നിലായ്
    ദുഃഖഭാരത്താൽ മാത്രം.

സാരി നീ ചെരിച്ചേറ്റി-
    പ്പോകെ, നിൻ മൃദുരോമ-
ചാരുവാം കണങ്കാൽ ക-
    ണ്ടെനിക്കു പാവംതോന്നി.

പൂവിരിനടക്കാവു
    വിട്ടു ഹാ പുണ്യവ്രതേ
നീ വരിച്ചല്ലോ ചളി-
    ക്കുഴമ്പുവരമ്പുകൾ!

കണ്ടു നാം, വരമ്പായ
    വരമ്പിൻ ദ്വാരംതോറും
ഞണ്ടുകൾ വരിഷത്തെ
    സ്വാഗതംചെയ്തേ നിൽപ്പൂ

ഇറുക്കീലവ നമ്മെ,
    സ്നേഹവൈകൃതാൽ തമ്മിൽ
പരിക്കേറ്റിന ദയ-
    നീയരെന്നോർത്തിട്ടാവാം.

നേരമേഴരയായീ
    പാടത്തിൻ പടിഞ്ഞാറെ-
ത്തീരമപ്പൊഴും ദൂരെ,
    ദുഷ്പ്രാപം, നിലകൊൾവൂ.

ആ മട്ടു നടന്നു നാം,
പണ്ടു ഞാൻ വയലിന്റെ
സീമന്തമായ് വർണ്ണിച്ച
കൈത്തോട്ടിൻ തടംപൂകി.

പാലമായൊരു മര-
പ്പലക, ജലത്തിന്റെ
ലീലയാലെങ്ങോ വലി-
ച്ചെറിയപ്പെട്ടിട്ടുണ്ടാം!

നീ തടഞ്ഞാലും "കഷ്ടി-
ച്ചതിലേ കടക്കാമെ"-
ന്നോതി ഞാൻ തോട്ടിൽ കാലാ-
ലാഴം കണ്ടിറങ്ങവേ,

നൂറുനൂറിഴ കൂട്ടി-
പ്പിരിച്ച കയർപോലാ
നീരൊഴുക്കെന്നെച്ചുറ്റി-
പ്പിടിച്ചുമറിക്കവേ,

വിതുമ്പിത്തുളുമ്പും നിൻ
മിഴിയിൽ കണ്ടേൻ ക്രൂര-
മൃതിയെ ദ്രവിപ്പിക്കും
സ്നേഹത്തിന്നഗാധത!

ഒരു മാതിരി തീരം
പറ്റി ഞാൻ, വെള്ളത്തിന്റെ
പരിഹാസമെൻ മുണ്ടിൽ
കണ്ടു, കുപ്പായത്തിലും.

ചിരിച്ചൂ വ്യഥയിൽ നാം,
എല്ലാം കണ്ടതാ തെക്കേ-
ത്തുരുത്തിലൊരു കൊച്ചൻ
കല്ലുപോലിരിക്കുന്നു.

എത്ര നിർവികാരമി-
പ്പുതുതാം തലമുറ!
ഇത്തിരി ദൂരം മാറി
നിന്നു നാമീറൻ മാറ്റാൻ.

ഉണ്ടു നിൻ തോൽസഞ്ചിയിൽ
കുളിച്ചു തൊഴാൻ വച്ച
മുണ്ട്, ഞാനീറൻ നീക്കി,
മനസ്സിൻ വൈക്ലബ്യവും

'മടങ്ങിപ്പോകാം വീട്ടി'-
ലെന്നു നാം പറഞ്ഞാലും
തുടങ്ങിവച്ചാൽ പിന്നെ,-
ത്തോലി സമ്മതിച്ചാലോ?

തൊഴുവാൻ പറ്റാഞ്ഞാലോ?
ഞാനോർത്തു വേളിക്കു മു-
മ്പൊരുനാൾ ചോദിച്ചു നീ,-
'യാസ്തികനല്ലേ താങ്കൾ?'

അല്ലെന്നുമാണെന്നും ഞാ-
നൊഴിഞ്ഞേൻ, പിന്നീടെന്നെ
മെല്ലെന്നു പൂകിച്ചു നീ
നിൻ പ്രിയദുർഗ്ഗാലയം

ആറുമൈൽ ദൂരെ, ത്തെങ്ങിൻ
നിരയ്ക്കു വടക്കു നീ-
രാടുമാനകൾപോലാം
പാറകൾക്കങ്ങേപ്പുറം

സ്വരലോലയാം ചോല
മൂന്നു ഭാഗത്തും, വൃദ്ധ-
നരയാൽ നടയ്ക്കലും,
ചൂഴവും വാഴത്തോപ്പും,

ശുകരമ്യമാം പുഞ്ച-
പ്പാടവും, നീരാവിയാൽ
പുകയും നീലക്കുന്നിൻ
നിരയും ചേർന്നാ ക്ഷേത്രം

പ്രണയാലിണയൊത്തു
ചെന്നെത്തുമെനിക്കേകീ
പ്രകൃതീശ്വരിയുടെ
തീർത്ഥവും പ്രസാദവും.

ദുർഗ്ഗതിയിലും ശാന്തി
  നമുക്കു നൽകിപ്പോന്ന
ദുർഗ്ഗ, യാവനകൂല-
  ഗ്രാമദേവത, യിപ്പോൾ

കാലവർഷത്തിൽ, സ്വയം
  മർത്ത്യനു കേറാൻവച്ച
പാലവും മുക്കിക്കാറ്റിൽ
  കരിംകാർമുടിചിന്നി,

ജരഠനരയാലും
  ഞെട്ടവേ, കുന്നിൻചോല-
ക്കുരുതി കുടിച്ചു നി-
  ന്നലറിയാടുന്നുണ്ടാം,

തൊട്ടടുത്താക്കുന്നുകൾ
  നീറിടും പച്ചക്കൊള്ളി-
പ്പട്ടടകളെപ്പോലെ
  നിഭൃതം പുകയവേ!

തങ്ങളിൽ മനം കറു-
  ത്തങ്ങു നാം വീണ്ടും ചെന്നാ-
ലെങ്ങനെ ശരിപ്പെടാ?-
  നെങ്കിലും പോയേ പറ്റൂ.

പോയി നാം വീണ്ടും നേർത്ത
  വരമ്പിലൂടെ, ജീവാ-
പായിയാം കൈത്തോടിന്റെ
  കൃശമാം കണ്ഠം നോക്കി.

അക്കഴ ലംഘിച്ചു ഞാൻ
  ചാടിനേ, നെന്നാലെന്താ?-
ണപ്പുറം വയലില്ല,
  വരമ്പില്ലെ, ങ്ങും വെള്ളം!

ചാടുവാൻപോലും വയ്യാ
  നിനക്കു, ചുഴികുത്തും
തോടു ഞാൻ വീണ്ടും താണ്ടി-
  ബ്ഭീരു, നിന്നടുത്തെത്തി.

അപ്പൊഴും കാണാം തെക്കേ-
ത്തുരുത്തിൽ കരിങ്കല്ലി-
ന്നൊപ്പമാക്കൊച്ചൻ നമ്മെ
നോക്കിക്കൊണ്ടിരിക്കുന്നു!

എന്തൊരു ലോകം! നമ്മൾ
തിരിയേ നട,ന്നീറൻ
മുണ്ടു മാറിയ ദിക്കിൽ
മുന്നേപ്പോൽ നിലവായി,

ചുരുങ്ങീ മഴയെല്ലാം
ചൊല്ലിനേ"നാകാശത്തിൻ
ചുളിഞ്ഞ പുരികംപോ-
ലുള്ളൊരാ മേഘം നോക്കൂ."

മോളിലേക്കലസമായ്-
ക്കണ്ണുയർത്തി നീയൊന്നു
മൂളി, യെന്നസന്ദർഭ-
കവിചാപലം കേൾക്കെ,[1]

നിന്ദയുണ്ടാ മൂളലിൽ,
എങ്ങനെ രഞ്ജിക്കാനാ-
ണെന്നുടെ സങ്കല്പവും
നിന്നുടെ യാഥാർത്ഥ്യവും?

മനസ്സാൽ മന്ത്രിപ്പൂ നീ-
യിപ്പൊഴും, 'മനസ്സില്ലാ-
മനസ്സായ് തൊഴാൻ പോന്നാ-
ലിങ്ങനെയത്രേ ഫലം.'

എന്മനം നിവേദിപ്പൂ:
'ബസ്സു തെറ്റിച്ചൂ നീയെ-
ന്നമ്പലപ്രാവേ, പാടം
നമുക്കു തീർത്ഥസ്ഥാനം!'

"നാസ്തികനല്ലേ താങ്കൾ?"
"നാലല്ലേ തവ വേദം,
ക്ഷേത്രദർശനം, ജ്യോത്സ്യം,
ഹിന്ദിയുമുറക്കവും!"

---

1. അസന്ദർഭകവിചാപലം = അനുചിതസമയത്തുള്ള മനോധർമ്മപ്രയോഗം

(നാടന്മാർക്കത്രേ ഗൃഹ-
　　ച്ഛിദ്രത്തിൽ വാഗാടോപം
നാഗരികർക്കോ മൂക-
　　ശീതസംഗരം മാത്രം!)

നിയമം നിറവേറ്റ-
　　ലെത്ര,യിദ്ദാമ്പത്യത്തിൽ
നയമെത്രയാ,ണഭി-
　　നയമെത്രയാണെന്നും

കുഴിച്ചു കുഴിച്ചു നാ-
　　മനിഷ്ടസ്മൃതികൾത-
ന്നഴുക്കു പരതിച്ചെ-
　　ന്നെത്തുന്നൂ നരകത്തിൽ.

നിർദ്ദയലോകത്തിൽ നാ-
　　മിരുപേരൊറ്റപ്പെട്ടോർ
അത്രയുമല്ലാ തമ്മിൽ
　　തമ്മിലുമൊറ്റപ്പെട്ടോർ.

പിറക്കാതിരുന്നെങ്കിൽ-
　　പ്പാരിൽ, നാം സ്നേഹിക്കുവാൻ,
വെറുക്കാൻ, തമ്മിൽക്കണ്ടു-
　　മുട്ടാതെയിരുന്നെങ്കിൽ!

കണ്ടു നാം കിഴക്കുനി-
　　ന്നെത്തുന്നതന്നേരത്തു
രണ്ടുപേർ, സാധാരണ-
　　ഗ്രാമീണമിഥുനങ്ങൾ.

പ്രായമായെന്നാകിലും
　　പ്രയത്നദാർഢ്യം കാട്ടും
സ്വീയമാം നടത്തത്താൽ
　　മാത്രയിലടുത്തെത്തി

അവരാത്തോട്ടിൻ കുപ്പി-
　　ക്കഴുത്തു ചാടിക്കട-
ന്നപരതടത്തിങ്ക-
　　ലണഞ്ഞാരനായാസം,

(ത്രാണിയിൽ ചാടിക്കട-
ന്നപ്പുമാൻ പെണ്ണാളുടെ
പാണിയെ ഗ്രഹിച്ചാഞ്ഞു
കടത്തീതവളെയും)

അസ്തശങ്കമായ്, സ്വാഭാ-
വികമായ്, സസ്നേഹമാ,-
യത്രയുമനാർഭാട-
മായവരതു ചെയ്തൂ!

മഗ്നമാം വരമ്പൂടെ
കാൽ പതിച്ചഥ പോയാർ
സത്വരം ജലോപരി
നടക്കുന്നതുപോലെ[2]

അങ്ങനെ ചെയ്തൂ നാമും
അക്കിടങ്ങാദ്യം ചാടി,
നിൻകരം ഗ്രഹിച്ചൂ ഞാൻ
കടത്തീ നിന്നെ ശ്രമാൽ

ഗഗനത്തിലെ മേഘ-
ച്ചിറയിപ്പൊഴേ പൊട്ടി-
ഗ്ഗതികെട്ടിനിയും നാം
തിരിയുമെന്നോർത്താലും

ഒന്നുമുണ്ടായീ, ലതു
പെയ്തീലാ, ദൈവത്തിനു
നന്ദി,യാ മുങ്ങിത്താണ
വരമ്പിൽ കാൽവച്ചു നാം

വിരുതിൽ പോയി കണ്ണീ-
രാണ്ട ജീവിതത്തിന്റെ
വിഷമപദപ്രശ്ന-
മെന്തെളുപ്പമായെന്നോ!

നെടുതാം വരമ്പെത്തി
നമ്മൾ മുന്നേറും നേരം
ഒടുവാക്കാർമേഘത്തി-
ന്നിമ്പാച്ചിമുഖഭാവം

2. ക്രിസ്തു വെള്ളത്തിൻമീതെ നടന്നത് അനുസ്മരിക്കുക

മഴയായ്, ചിരിയായി,-
ച്ചാലിട്ടു നൂറായിരം
വഴിയായ് പായും നീറ്റിൻ
കളഗാനമായ് മാറി

ഒലിപൂണ്ടിതാഗാനം
നമ്മുടെ ചേതസ്സിലും
കുളിർതെന്നലിൽ പാറീ
കൈതപ്പൂംപരിമളം,

എങ്ങുപോ, യുദാത്തനാ
ഗ്രാമീണൻ? താനേ തങ്ങും
തൻ കുടുംബിനിയെ നീ
കുടചൂടിച്ചേ പോകെ,

പാർത്തു പിൻതുടരും ഞാൻ
പ്രേമാഭിമാനപ്പുതു-
ദീപ്തിയാൽ മഴവില്ലു-
തീർത്തു നിങ്ങടെ ചുറ്റും

അപ്പൊഴുണ്ടതാ നേർത്തേ
കുളിച്ചു കുറിയിട്ടു
ശുഭ്രവസ്ത്രവും ചാർത്തി
'കാപ്യമറേ'ത്തിൻ ശേഷം

മഴതൻ കൃഷിപ്പണി
നോക്കുവാൻ തെക്കേത്തീര-
ത്തെഴുന്നള്ളി നിൽക്കുന്നൂ
നമ്മുടെ തിരുമേനി.

മാപ്പു നൽകി[3] നാമദ്ദേ-
ഹത്തിനും, പിന്നെച്ചെന്നു
കൂപ്പി നാം സ്മിതച്ഛിന്ന-
ദുഃഖയെ, യാ ദുർഗ്ഗയെ.

■

3. അദ്ദേഹം ജന്മിയാണ്. സുഖിതനാണ്. മഴ അദ്ദേഹത്തെ അലട്ടുന്നില്ല. മഴ അദ്ദേഹത്തിന്റെ കൃഷിപ്പണിക്കാരനാണ്. നമ്മൾ കഷ്ടപ്പെടുമ്പോൾ ഇദ്ദേഹത്തിന്റെ വമ്പും പ്രതാപവും അക്ഷന്തവ്യമാണെന്നു തോന്നിയാലും പ്രസന്നമായ അപ്പോഴത്തെ മനോഭാവത്താൽ നാം അദ്ദേഹത്തിനും മനസാ മാപ്പു കൊടുത്തു.

കത്തിയും മുരളിയും

ഇരവായ്, പ്രശാന്തമാ-
    യാസ്പത്രി, വരാന്തയിൽ
പരിചാരികമാർതൻ
    കാല്പെരുമാറ്റം മാത്രം.

പകലേ ശസ്ത്രക്രിയ
    ചെയ്ത തന്നുദരത്തി-
ന്നകമേ നോവാൽ കേണാ-
    നെന്റെ സോദരൻ മാത്രം.

ഞാൻ തനിച്ചിരുന്നിതാ-
    ക്കട്ടിലിൽ കണ്ണീരോ,ടെൻ
സാന്ത്വനമെങ്ങാ, സഹ-
    ജന്റെ വേദനയെങ്ങോ!

ഒടുവാ രോദത്തിന്റെ,-
    യെന്റെ നിർബ്ബന്ധത്തിന്റെ,
പിടിവാശിയാൽ ഡോക്ടർ
    പാതിരായ്ക്കങ്ങോട്ടെത്തീ,

(അദ്ദിനമവിശ്രാന്തം
    ശസ്ത്രമേന്തിയ സായ്പിൻ
നിദ്രയെ ദ്രോഹിച്ചല്ലോ,-
    മാപ്പുചോദിച്ചേൻ കണ്ണാൽ!)

"മകനേ, സമാശ്വസി-
    ച്ചാലു" മെന്നങ്ങോർ ചൊൽകെ
മമ സോദരൻ മാഴ്കീ
    'തീക്കനലാണെന്നുള്ളിൽ'

രോഗിതൻ വിയർപ്പുറ്റ
    നെറ്റിമേൽ കൈവച്ചങ്ങു
മൂകനായ് മേവീ-പ്രാർത്ഥി-
    ച്ചീടുകയാവാം-ഡോക്ടർ.

ആ നിവേദനംകൊണ്ടും
 ഫലമുണ്ടായീ, ലേട്ടൻ
പ്രാണവേദനകൊണ്ടു
 വിലപിക്കയേ ചെയ്തു.

അങ്ങനെ യത്നി, ച്ചവ-
 സാനമാ ഭിഷഗ്വരൻ
തൻ കിടപ്പറയിൽ പോ,-
 യുടനേ തിരിച്ചെത്തീ.

ശയ്യതന്നുപാന്തത്തി-
 ലിരുന്നാനദ്ദേഹം, തൽ-
ക്കൈയിലെന്താണിക്കാണ്മ?-
 തൊരു കൊച്ചോടക്കുഴൽ!

യാതൊന്നും മിണ്ടീല താൻ,
 അക്കുഴൽ ചുണ്ടിൽച്ചേർത്തു
നാദത്തിലലികയായ്,
 അലിയിക്കയാ, യെല്ലാം.

ഞങ്ങളു,മിരുണ്ടെന്തോ
 നീരവകദനത്താൽ
വിങ്ങിടും നിശീഥവും
 മയങ്ങി ലയിക്കവേ
ആ മുരളിയിലൂടെ-
 പ്പാടിനാനദ്ദേഹ, മു-
ദ്ദാമമായ്, വാചാലമായ്,
 പ്രാർത്ഥനചെയ്യുംപോലെ.
ഭൂമിയിലുദാരമായ്,
 പരിശുദ്ധമായ്, സൗമ്യ-
കോമളമായുള്ളവ
 മുകർന്നാക്കളനാദം.

ജഗദീശ്വരപാദം-
 പൂണ്ടു ചൊൽവതായ്ത്തോന്നീ
'ഭഗവൻ, ദയതുളി-
 ച്ചാലുമെങ്ങടെ പുണ്ണിൽ!'

കാറ്റിളകീലാ, കാലം
നീങ്ങീ, ലാ സ്വരരാഗം
കേട്ടു നില്പതായ്ത്തോന്നീ
നിഭൃതം പാരും വാനും!

ക്ലാന്തമാം മിഴി കൂമ്പി-
സ്സുഖനിദ്രയിലാണ്ടു
ശാന്തമായ് ശ്വാസോച്ഛ്വാസം
ചെയ്കയായ് മത്സോദരൻ!

കോൾമയിർക്കൊള്ളും കൃത-
ജ്ഞതയോടത്രേ ഡോക്ടർ
'സോമർവെല്ലി' നെയിന്നും
സ്മരിപ്പതിന്നാട്ടുകാർ

അവ്യയയശസ്സിന്റെ
ശുഭ്രമാം ഹിമാലയ-
പർവതശൃംഗങ്ങളെ-
ക്കയറിയളന്നാലും[1]

തെക്കുതെ, ക്കെല്ലാറ്റിലും
താഴത്തീക്കുഗ്രാമത്തിൻ
മുക്കിൽ വാ, ണവശരെ-
സ്സേവിച്ചൊരാ സ്നേഹാർദ്രൻ

മീലിതശബ്ദം, പുരോ-
ഗതിതൻ പേരിൽ കലാ-
തൂലിക ചലിപ്പിക്കും
നമ്മളോടോതുന്നുണ്ടാം:

രുഗ്ണമാം സമുദായ-
ദേഹത്തിൻ മഹാവ്യാധി-
യൊക്കെയും നീക്കാൻ പേന
ശസ്ത്രമാക്കിയ നിങ്ങൾ

അപ്പേനയോടക്കുഴ-
ലാക്കാനും മടിക്കരു-
തൽപേതരാസ്വാസ്ഥ്യങ്ങ-
ളങ്ങനെ മാറ്റാം പക്ഷേ,

1. ഡോക്ടർ സോമർവെൽ ഹിമാലയാരോഹകന്മാരിൽ പ്രമുഖനാണ്.

കുളിർവായുവിൽ, സൂര-
സുപ്രകാശത്തിൽ, ച്ചോല-
ത്തെളിവാരിയിൽ, ചൈത്ര-
പ്പൂക്കളിൽ, കനികളിൽ

കൂവിടും കിളികൾതൻ
കണ്ഠത്തിൽ, തമ്മിൽ സ്നേഹം
താവിടും മനുഷ്യർതൻ
നെഞ്ചിലെ മിടിപ്പിലും

ഈശ്വരപദാംബുജ-
ത്തിങ്കലും വഴിയുന്ന
ശാശ്വതാമൃതം സമാ-
ഹരിച്ചു പലേമട്ടിൽ

ആ മുരളിയിലൂടെ-
പ്പകരൂ, മനസ്സിന്റെ-
യാമയം നീങ്ങി സ്വസ്ഥ-
രാകട്ടേ ശരീരികൾ.

കത്തിയാൽ, മരുന്നിനാൽ,
മാറാത്ത നോവും മാറ്റാ-
നൊത്തിടാമൊരുൽകൃഷ്ട
ഭാവഹർഷത്താൽ മാത്രം!

■

ലില്ലിപ്പൂക്കൾ

അശ്രുനീരിനാൽ കഴു-
കീടട്ടേ ഹൃദയം ഞാൻ;
കൊച്ചുമക്കളെപ്പറ്റി,-
ദൈവദൂതരെപ്പറ്റി,

ഈശ്വരപാദങ്ങളെ-
പ്പറ്റിയും ധ്യാനി, ച്ചന്ത-
രാശയം സുനിർമ്മല-
കോമളമാക്കീടട്ടെ.

അല്ലാതെ വിചാരിപ്പ-
തെങ്ങനെ, പരിശുദ്ധ-
കല്യാണരൂപം കോലും
നിങ്ങളെപ്പാഴുറ്റ ഞാൻ!

ഒരു ചട്ടിയി, ലെണ്ണ-
യിട്ട വാളുകൾപോലെ
വിരിവുറ്റൊളിചിന്നു-
മെട്ടുപത്തിലമാത്രം.

മദ്ധ്യത്തിലൊരു കൈപോ-
ലുയരും തണ്ടും, തണ്ടി-
ന്നറ്റത്തു കൃശപേശ-
ലാംഗുലികളെപ്പോലെ

വെണ്മയിൽ നീളും പൂമൊ-
ട്ടുകളും നോക്കിപ്പുര-
ത്തിണ്ണയിൽ സായാഹ്നത്തിൽ
ഞങ്ങൾ കൗതുകാൽ നിൽക്കെ.

അങ്ങനെ കണ്ണിൽക്കിട-
ന്നപ്പൂക്കൾ വിടർന്നു, നാ-
ലഞ്ചു മാത്രയി, ലേതോ
പ്രാർത്ഥനാമണിനാദം

കേ, ട്ടിളംനക്ഷത്രങ്ങ-
ളുണരുന്നതുപോലെ
കൂട്ടിലെത്തെമുട്ടകൾ
വിരിയുന്നതുപോലെ.

ലോലശുഭ്രമായാറു
വിദളങ്ങളും, ശുഭ്ര-
പേലവദളച്ചെപ്പും,
നീണ്ട കേസരങ്ങളും

അനുരാഗിണിയായ
കന്യതൻ ശ്വാസംപോലെ-
യതിപാവനമായ
ഗന്ധവും ചേരും നിങ്ങൾ

പൂവുകളല്ലെന്നോർപ്പൂ,
പുരതോ നിൽപൂ, ഞങ്ങൾ
ദിവ്യദർശനമേതോ
കണ്ടുനിൽപ്പതുപോലെ!

ഹൃത്തിനെസ്സുകൃതാഭി-
മുഖമാക്കുന്നൂ നിങ്ങ-
ളത്രമേലലൗകിക-
ശുദ്ധിയാൽ, സൗന്ദര്യത്താൽ.

ഉഷ്ണമേഖലകളി-
ലുന്മത്തഗജങ്ങൾതൻ
മസ്തകങ്ങളിൽ കുളിർ
കോരിന മഴകളാൽ

പടർന്ന വനങ്ങളിൽ
പണ്ടു പാമ്പുകൾ ഗർവിൻ
പാടങ്ങൾ വരുത്തിക്കൊ-
ണ്ടിഴയും നിഴൽകളിൽ

താഴെയും മേലും ജന്തു-
ജീവിതസമരത്തിൻ
കേഴലു, മലർച്ച, കാ-
ലൊച്ചയും ചേരും മണ്ണിൽ

അങ്ങൊരു സന്ധ്യ, യ്ക്ക്യഷി-
    കന്യകമാരെപ്പോലെ
നിങ്ങൾ വന്നെത്തീ, നിലാ-
    വൊഴുകീ, കുയിൽ പാടീ.

ശാന്തമായ് തപോവനം
    പോലെ കാടകം, ലഘു-
സ്വാന്തരായാടീ, ചുറ്റും
    വനദേവതാവൃന്ദം.

പിന്നെ വെണ്ണിലാവോലു-
    മൊരു രാത്രിയിൽ, ചൈത്ര-
സുന്ദരകുഗ്രാമത്തിൻ
    നികുഞ്ജങ്ങളിലെങ്ങോ

എട്ടുകാലി തൻ നൂലി-
    ലൂയലാടിയും, പേടി-
പ്പെട്ടു ചാടീടും മുയ-
    ലിന്റെ മേലേറിപ്പാഞ്ഞും

കൂണിന്റെ പീഠങ്ങളി-
    ലിരുന്നു പൂന്തേനുണ്ടും
സാനന്ദം വിഹരിക്കും
    ചെറുകിന്നരസംഘം

കലഹി, ച്ചകാലത്തി-
    ലാവഴി പോകും പൗര-
കമനീകമനർക്കു
    തമ്മിലുൾപ്രേമം ചേർപ്പാൻ

അവർതൻ മിഴികളി-
    ലെഴുതീപോലും ഗൂഢ, -
മവിടെ വിടർന്നെഴും
    നിങ്ങൾതൻ ഗന്ധദ്രവം![1]

ഇപ്പൊഴീ നാനായന്ത്ര-
    ശകടധ്വാനാക്രാന്ത-

---

1. ഷേക്സ്പീയർ കവിയുടെ Midsummer Nights Dream-ലെ കഥാതന്തുവിന്റെ അനുസ്മരണം.

മിപ്പുരയിടത്തിലും
    പ്രിയദർശനകളേ

നരരാം ഞങ്ങൾക്കോരാ-
    നരുതാസ്വർഗ്ഗങ്ങളിൽ
തിരുസന്നിധികളി-
    ലെന്നപോൽ നിൽപൂ നിങ്ങൾ.

നിങ്ങളെ വീശീടുന്നൂ
    വിണ്ണിലെച്ചിറകുകൾ
നിങ്ങളെച്ചുംബിക്കുന്നി-
    തദൃശ്യപുണ്യാത്മാക്കൾ.

അരികിൽ സ്ഥിതിചെയ്കെ,
    ഞങ്ങളിൽനിന്നും ദൂര-
ത്തരുളുന്നവർ നിങ്ങ,-
    ളെങ്കിലുമിഗ്ഗേഹത്തിൽ

ഭരദൈവത്തിൻമുമ്പിൽ
    കത്തിച്ച തിരിയിലു-
മരുമക്കിടാവിന്റെ
    തൊട്ടിലിൻ പഴുതിലും

ഞങ്ങൾതൻ പ്രണയത്തിൻ
    സ്ഫടികത്തിലും കൺചേ-
ർത്തങ്ങനെ കാത്തീടുമാ-
    ഗൃഹദേവതമാർകൾ

മുന്തിയ വിരുന്നുകാ-
    രാകിയ നിങ്ങൾക്കിന്നീ-
യന്തിയിൽ സൽക്കാരങ്ങൾ
    ചെയ്തു സല്ലപിക്കവേ

പ്രത്യഭിഗമിക്കട്ടേ
    ഞങ്ങളീ പ്രിയഗേഹം
നിത്യസത്യത്തിൻ മുഖം
    കണ്ട നിർവൃതിയോടെ.

ഇരുളിൽ[1]

അന്ധകാരം പോയ് വീണ്ടും സുദിനമായെന്നോർത്തോ?[2]
ഹന്ത ശുദ്ധാത്മാക്കളേ, വഞ്ചിതരായീ നിങ്ങൾ.

പുലരിത്തുടുപ്പല്ലിതകലെ, ക്കവർച്ചക്കാർ
പുരകൾക്കു തീവെക്കും ദാരുണച്ഛവിമാത്രം.

പടയും സംഘർഷവും സ്വാതന്ത്ര്യനിർഘോഷവും
പടരും തീജ്ജ്വാലയുമൊട്ടു കെട്ടടങ്ങവേ

ആരെയാണീ വണ്ടിയിൽ, തോക്കു ചൂണ്ടിന കാവ-
ല്ക്കാരുടെ വലയത്തിൽ കൊണ്ടുപോവതു മന്ദം?[3]

കൊള്ളചെയ്തോനല്ലിവൻ, നാടിന്റെ പലനാളാ-
യുള്ള ചാരിത്രദ്ധ്വംസം ചെറുത്ത യുവയോധൻ.

ദീപ്തിയെപ്പുൽകാൻ വെമ്പുമിരുണ്ട ഭൂവിൻ[4] ധീരോ-
ദാത്തമാം കണ്ണും കൈയും നാവുമായിരിപ്പവൻ.

കാൽക്കു ചങ്ങലപൂണ്ടു, കൈ പിന്നിൽ കെട്ടപ്പെട്ടു,
വീക്കുകൊണ്ടേറ്റം മുഖം വീർത്തൊരീ പ്രൗഢാത്മാവിൽ

ഏറെ നൂറ്റാണ്ടായ്ച്ചാട്ടയേറ്റാലും സഹിച്ചു മു-
ന്നേറിന വർഗ്ഗത്തിന്റെയജയ്യവീര്യം കാണ്മൂ.

കുരിശിന്മേലും ക്രൂരനീതിയോടിളവെന്ന്യേ
പൊരുതുന്നതിലത്രേ പരമോൽകൃഷ്ടൻ മർത്ത്യൻ.

മുന്നമേയിദ്ധീരന്നായ് ചമച്ച വിപദ്ഗർത്തം[5]
തന്നിലേക്കുഗ്രം കാലചക്രങ്ങൾ ചലിക്കവേ,

---

1. ലുമുംബയുടെ വധത്തെ ആസ്പദമാക്കി എഴുതിയത്.
2. സാമ്രാജ്യത്വത്തിന്റെ ഇരുൾ പോയി സ്വാതന്ത്ര്യപ്പുലരി പിറന്നുവെന്ന് കോംഗോവിൽ സ്വാതന്ത്ര്യം പ്രഖ്യാപിക്കപ്പെട്ടു; പക്ഷേ,-
3. ലുമുംബയെ ബന്ധിച്ചു ജീപ്പിലേറ്റി കൊണ്ടുപോകുന്ന കാഴ്ച.
4. ആഫ്രിക്ക.
5. ലുമുംബയുടെ വധം കാലേ പ്ലാൻ ചെയ്തൊരുക്കിയതാണ്.

ഭരണാധിപൻ[6] കൊള്ളക്കാരുടെ മദ്യോന്മാദം
ശിരസാ വഹിച്ചുകൊണ്ടൊറ്റുകാരനായ് നിൽക്കെ,

പേടിയാൽ ജനം മൗനം തേടവേ, യറിഞ്ഞോടി-
ക്കൂടിയോരയല്ക്കാരാം നല്ല മാനുഷന്മാരേ[7]

ഗാഢശോകമാം ഗ്രീക്കുനാടകത്തിലെപ്പശ്ചാൽ-
ഗ്ഗായകസംഘം[8] പോലെ പാടുകയല്ലോ നിങ്ങൾ

മുന്തിയ ധർമ്മത്തിനെ, പ്പാതകങ്ങൾതൻ തിക്ത-
മുന്തിരികളെ, പ്പറ്റി ലോകശാന്തിയെപ്പറ്റി.

വിനയെത്തിരിമുറിച്ചെറിയാൻ സഫലമായ്
വിരലൊന്നിളക്കാത്ത വിജ്ഞരാണല്ലോ നിങ്ങൾ!

വണ്ടി നീങ്ങുന്നൂ; കൊലക്കെണിയിൽ, സർവ്വംവിട്ടു-
കൊ,ണ്ടതിൽ സ്ഥിതിചെയ്യുമാത്മനാഥനെച്ചൊല്ലി

പേടമാൻമിഴി വിങ്ങിച്ചുടുനീർ വാർത്തും, സ്വർഗ്ഗ-
ത്തോടു യാചിക്കുംപോലെ കൈപൊക്കി വിലപിച്ചും

പോളകൾ വിരിയുന്ന പൂവാഴക്കുടപ്പനെ-
പ്പോലെയുന്മുഖം നോക്കും കുഞ്ഞിനെ മടിചേർത്തും

ആ വഴിക്കിരിക്കയാം തൽ സാധ്വി,[9] യകളങ്ക-
ജീവിതങ്ങളെപ്പുൽകിക്കേഴുമാ നാടിന്നൊപ്പം.

ഹതഭാഗ്യയാം പോളിൻ, നിന്നിലൂടെയദ്ദേഹം
നിതരാം സ്നേഹിച്ചതും നിജ നാടിനെയല്ലോ.

നിനക്കു തീർത്തോരന്ത്യാമന്ത്രണക്കുറിപ്പൂ[10]ടെ
മനസ്സു നേദിച്ചതീ മൂകലക്ഷങ്ങൾക്കല്ലോ.

---

6. സ്വതന്ത്രമെന്നു പറയുന്ന കോംഗോവിലെ പ്രസിഡന്റ് കസാവുബു.

7. ഐക്യരാഷ്ടസമിതിയിലെ അംഗങ്ങൾ.

8. കോറസ്. ഈ ഗായകസംഘത്തിൽ പൗരമുഖ്യന്മാരാണ്; അവർ അഭിനയിക്കുന്നില്ല. സംഭവങ്ങളേയും പരിതഃസ്ഥിതികളേയും പരാമർശിച്ചു ധർമ്മഗീതങ്ങൾ ആലപിക്കുന്നു.

9. ലുമുംബയുടെ പത്നി പോളിൻ. അവൾ ആ നാടിന്റെ പ്രതീകമാണ്.

10. ലുമുംബ പത്നിക്കെഴുതിയ ഒടുക്കത്തെ കുറിപ്പ്. രാജ്യസ്നേഹനിർഭരമായ ഈ കത്ത്. പിന്നീടു പ്രസിദ്ധീകൃതമായി.

പ്രത്യഹം[11] പ്രതീക്ഷിക്കപ്പെട്ടൊരാ വെടി പൊട്ടീ
ഇത്ര മെല്ലെയോ ശബ്ദം സഞ്ചരിക്കുന്നൂ മന്നിൽ?[12]

കിടിലംകൊണ്ടൂ ലോകം, വ്യാജ[13]ത്തിൻ പുകയിലാ
സ്ഫുടനിർദ്ദയഹത്യാസത്യമെങ്ങനെ മൂടും?

വേദപുസ്ത്കമേന്തി, വ്യാപാരഭാണ്ഡം പേറി,
വേഷമങ്ങനെ മാറി, യെത്തിയ കൊള്ളക്കാരെ,

കതിർത്ത[14] ഖനി ചിന്നുമിവിടന്നിതേവരെ-
ക്കവർന്നതുണ്ടോ നിങ്ങളിത്തരമൊരു രത്നം?

കാട്ടിലേക്കെന്നോ വെടിമരുന്നും തോക്കും വഴി-
കാട്ടിയുമായെത്തിയ ശിക്കാറിപ്രവരരേ,

സിംഹസങ്കുലമാമീ ഭൂമിയിലിന്നോളവും
നിങ്ങളാൽ ഹതമായീലിത്തരം യുവസിംഹം.

കാറിലും വിമാനത്തിന്നുള്ളിലും കേറും പരി-
ഷ്കാരിയാം കാടത്തമേ, കാടിനും കയ്ക്കും നിന്നെ!

അഴലും ഭയങ്ങളും മന്ത്രിപ്പൂ ദലങ്ങളിൽ,
അരിശം കൊടുങ്കാറ്റായടിപ്പൂ പുരങ്ങളിൽ[15]

കണ്ണീരും രുധിരവും കലർന്നു, പുരാതന-
വന്യഭൂമിയെപ്പുൽകി മാഴ്കുന്നൂ മഹാനദി[16]

കമ്പവും നില, ച്ചൂഴി മരവിക്കുന്നൂ, കൊന്നു
കൊമ്പറുത്തെടുത്ത കാട്ടാനതൻ പിണംപോലെ.

വേദിയിൽനിന്നും കേൾപ്പിതെപ്പൊഴും, ധർമ്മാധർമ്മ-
വേദികൾ മുഴക്കുമാസ്സംഘഗാനാലാപനം

11. ദിവസേന.
12. കൊന്നു മൂന്നാഴ്ച കഴിഞ്ഞാണ് ആ വാർത്ത പുറത്തറിഞ്ഞത്.
13. രക്ഷപ്പെട്ടപ്പോൾ ഗ്രാമീണരാൽ കൊല്ലപ്പെട്ടതാണെന്നും മറ്റും.
14. രത്നങ്ങളെക്കൊണ്ടു കാന്തിരശ്മികൾ ചിതറുന്ന; കോംഗോ, ഖനികൾ കേൾവിപ്പെട്ടതാണ്.
15. ജനങ്ങൾ പിറുപിറുത്തു; വെള്ളക്കാരുടെ സ്ഥാനപതിമന്ദിരങ്ങൾക്കു മുമ്പിൽ പലയിടത്തും അമർഷപ്രകടനങ്ങളുണ്ടായി.
16. കോംഗോനദി.

കർമ്മപൗരുഷം വേൾക്കാതുള്ളൊരു നീതിച്ചൊല്ലേ
നിന്മട്ടിൽ ദയാർഹയായ് വേറെയെന്തുള്ളൂ പാരിൽ![17]

അടയാളവുമെന്യേ ക്രസ്തുവെക്കുഴിച്ചിട്ടെ-
ന്നഭിമാനിച്ചീടട്ടേ സ്വയമക്കിരാതന്മാർ

കളവിൽ തുടച്ചാലും ചെംകറ മാറാതുള്ള
കറുപ്പും വെളുപ്പുമാം കൈചേർത്തു കുലുക്കട്ടേ.

അധരം പ്രതികാരം ഭീതിയാൽ വിളർത്താലു-
മഭിനന്ദനസമ്മാനങ്ങളും പകരട്ടെ.

ഇത്തിരി രഹസ്യത്തിൻ പൂഴിയിൽ മറചെയ്യാൻ
പറ്റാതെ വളരുന്നൊന്നത്തരം മൃതദേഹം.

കഴുതപ്പുലി[18] ക്കാട്ടിലാണ്ടാലും[19] മിഴിനീരാൽ
കഴുകപ്പെടുമീ നാടവനു ശവപ്പെട്ടി![20]

ഹാ വരൂ, വരൂ തേനീച്ചകളേ,[21] യെമ്പാടും നി-
ന്നായിരങ്ങളായ് വന്നീ മൃതദേഹത്തിൻ ചുറ്റും

കൂടുകൂട്ടുക, ദുഃഖം മൂളുക, ചെറുതേനിൽ
മൂടുക, മുഴുകിക്കുകിപ്രിയരൂപത്തിനെ.

കാടു കൽക്കരിയാക്കും കാലത്തിൻ കാൽവയ്പിലും
കേടുകൂടാതിജ്ജഡം[22] കേവലമുറങ്ങട്ടെ.

ഹാ വരൂ, വരൂ, തേനീച്ചകളേ, യെമ്പാടും നി-
ന്നായിരക്കണക്കായ് വ, ന്നഗ്രസൂചികളാലേ

---

17. ഊർജ്ജസ്വലമായ പ്രവൃത്തിയോടു ബന്ധപ്പെടാതെയുള്ള നീതി പ്രസംഗങ്ങൾപോലെ അനുകമ്പയർഹിക്കുന്നവയായി മറ്റൊന്നും തന്നെയില്ല.
18. Hyena: ശവംതീനിയായ വന്യമൃഗം.
19. ലുമുംബയുടെ മൃതദേഹം, കാട്ടിലൊരു കുഴി തോണ്ടി അതിലിട്ടു മൂടുകയാണു ചെയ്തത്.
20. ഈ നാടു നിറഞ്ഞുകിടക്കുന്നു ആ മൃതദേഹം.
21. ആഫ്രിക്കൻ ജനതയോട്
22. യാദൃച്ഛികമായി ഒരു ശവപ്പെട്ടിയിൽ കൂടുകൂട്ടിയ തേനീച്ചകളുടെ തേനിന്റെ സംരക്ഷകശക്തികൊണ്ടു ശവം ദീർഘകാലം കേടുകൂടാതിരുന്നതായി അടുത്ത കാലത്തു പത്രവാർത്തയുണ്ടായിരുന്നു.

കുത്തുവിൻ, തുരത്തുവി, നിക്കൊള്ളസ്സാമ്രാജ്യത്തിൽ
മൃത്യുവിൻ തീവെട്ടിയും പിടിച്ചു നടപ്പോരെ!

പോവുക, നിങ്ങൾക്കാകെ നിങ്ങളേ തുണ, കാട്ടിൽ
പൂവുപോൽ വിരിയുന്നൂ ഭാവി നിങ്ങളുടെ മുമ്പിൽ!

(ഇരിഞ്ഞാലക്കുട-15-6-1961)

∎

ഗന്ധർവ്വബാലന്മാർ[1]

വേട്ടൊരു പെണ്ണാൾ താളംപിടിച്ചു കുടംകൊട്ടി,-
ക്കാട്ടിലെക്കുയിൽപോലെയേറ്റുപാടീടും വണ്ണം
പ്രാകൃതം കൈവീണയിൽ പനനാരുകൾ മീട്ടി
നാഗരാജാവിൻകഥ പുള്ളുവർ പാടും നാട്ടിൽ,
ദാരികഹന്ത്രിക്കുള്ളമഴിയും പൂരപ്പാട്ടിൽ
കേരവും ക്രമുകവും തലയാട്ടീടും നാട്ടിൽ,
രണ്ടു ബാലകരുണ്ടായ് വളർന്നു വെവ്വേറേതാൻ,
ചണ്ഡസാഗരഭേരിയിരമ്പും തീരങ്ങളിൽ.
ഏതനുഗ്രഹത്തിന്റെ താമരനൂലാക്കൊച്ചു-
ചേതനകളിൽ കമ്പിയിണക്കീ, കണ്ഠങ്ങളിൽ?
ഏതു കൈയവർക്കു ചോറൂണിനു തിന, തേനു-
മേഴകളുടെ കണ്ണീർപുളിയുമുപ്പും നൽകീ?
ഏതിടിമിന്നൽക്കൊടിയവർതൻബോധങ്ങളിൽ
സ്ഫീതവിപ്ലവാവേശത്തീനാളം ജ്വലിപ്പിച്ചു?
ഏതൊരു പുരാവൃത്ത, മേതു നവ്യവിജ്ഞാന-
മേതൊരു ദിവാസ്വപ്ന, മവരെക്കവിയാക്കീ?

നാടിന്റെ പുലരിയിൽക്കൂടിയുമിരുട്ടാണ്ട
മാടങ്ങൾതോറും, പിന്നെ മധുരസ്വരമിവർ
നൽത്തുയിലുണർത്തവേ, തങ്ങളും സ്വതന്ത്രരാം
മർത്ത്യരെന്നൂറ്റംകൊണ്ടാരാദ്യമായടിക്കാടർ.
ഒരു വെറ്റിലയിവർക്കേകലൊരഭിമാനം,
ഒളിവിൽ തൊടൽപോലും പിള്ളർക്കൊരനുഗ്രഹം,
പണിയാളുടെ കർമ്മവീര്യത്തെ, ത്തന്വംഗിത-
ന്നണിയാം ചാരിത്രത്തെ, സ്സുന്ദരകലയേയും,

കാശിനു വാങ്ങിക്കുന്ന മുതലാളിമാർക്കുഗ്ര-
ശാസനമായ്, മർദ്ദിതർക്കാർദ്ര സാന്ത്വനമായും

1. വയലാർ രാമവർമ്മയെയും പി.ഭാസ്കരനെയും സ്മരിച്ച്.

നാടിന്റെ മനസ്സാക്ഷി സൗവർണ്ണസ്വരങ്ങളിൽ
പാടുന്ന മൊഴി കേട്ടു പുളകംകൊണ്ടു ലോകം.
പൗരയോഗത്തിൽ, മനോവേദിയിൽ, പുതുകാല-
പൗരുഷം തിമർക്കുന്ന വിദ്യാർത്ഥിമുറികളിൽ,
വാശിയുമമർഷവും ദുഃഖവും ഹർഷം പരി-
ഹാസവും തുടിക്കുമാഗ്ഗാനങ്ങളൊലികൊൾകെ,
കൊല്ലത്തുമന്തിക്കാട്ടും വയലാറിലും ക്രൂരം
കൊല്ലപ്പെട്ടവർ വീണ്ടുമവയിലുയിർക്കൊണ്ടു.
പൊങ്ങുമീയീണങ്ങളിൽ കണ്ടെത്തീ തൊഴിലാളർ
തങ്ങൾതൻ ശബ്ദങ്ങളും തരളതാളങ്ങളും.
വ്രീളയോടാമ്പൽപ്പൂപോൽ ചിരിക്കും കൃഷീവല-
ബാലമാരതു പാടിക്കൈകൊട്ടിക്കളിയാടീ.
പാഴിലോ പൊന്നോണവിൽപ്പാട്ടുക, ളുന്നം തെറ്റി-
പ്പോയിതോ മയിൽപ്പീലി കെട്ടിയ കൂരമ്പുകൾ?
പാടിയതെല്ലാം ചൈതന്യാംശമായ് ചമഞ്ഞാലും
തേടിയതല്പംമാത്രം നേടി നാമെന്നേ വേണ്ടൂ.
തൊട്ടുതൊട്ടില്ലെന്നായ സമസുന്ദരലോകം
ദൃഷ്ടിയിൽ നില്പൂ ദൂരേ ഗന്ധർവപുരിപോലെ.

മർത്ത്യമാനസചേഷ്ടാവൈരുദ്ധ്യമെന്തോതേണ്ടൂ?
മറ്റൊരു തീരം പൂകി മുതലാളർക്കായ് പാടി
അവർ വിത്തവും വാരിക്കൂട്ടി കീർത്തിയു;-മെന്നാ-
ലരചഗൃഹത്തിലെച്ചിത്രകാരരെപ്പോലെ,
മനസ്സിലുറങ്ങുന്ന സൗന്ദര്യങ്ങളെത്തട്ടി-
യുണർത്തി, ച്ചടുലമായ് പകർത്തീ വർണ്ണങ്ങളിൽ.
എന്തു പാട്ടുക, ളെന്തു ചിത്രങ്ങൾ, നാനാസ്തോഭ-
ബന്ധുരം, നവനവകല്പനാമനോഹരം.
ജീവിത ചലച്ചിത്രസൂക്ഷ്മരമ്യഭാവങ്ങ-
ളീവിധം മണിച്ചൊല്ലിലിന്നോളം പാടീലാരും.
ചിരിയാൽ കിലുങ്ങുന്ന കൊച്ചുപാവാടക്കാരി,
ചിറയിൽ താനേ തേച്ചുകുളിക്കും ചന്ദ്രക്കല,
ചെന്തെങ്ങിൻകുല കെട്ടിച്ചേർത്ത പശ്ചിമവാനിൻ-
പന്തലു, മുത്രാടരാവുണർത്തും രോമാഞ്ചവും,
പുഴതൻകടവിങ്കൽ മാരനും പുതുപ്പെണ്ണും
തഴുകിത്തമ്മിൽ കൊഞ്ചിക്കുറുങ്ങുമിണപ്രാവും,

'അച്ഛനെപ്പോലീ മുഖ, മമ്മയെപ്പോലാ'ണ്ണെന്നു
    കൊച്ചുതൊട്ടിലിൻമീതേ വാത്സല്യവാഗ്വാദങ്ങൾ,
ഉടഞ്ഞ വാഗ്ദാനങ്ങ, ളുടഞ്ഞ ഹൃദയങ്ങൾ,
    അടഞ്ഞ മിഴിക്കുമേലന്ത്യശാന്തിതൻ മുത്തം,
പകലിൻശ്മശാനത്തിൽ തിരിവച്ചീടും താരം,
    ശിഖരങ്ങൾതൻ നിത്യനിഷ്കളബ്രഹ്മധ്യാനം,
മലയാറ്റൂരിൻപാദം ചുംബിക്കും പെരിയാറും,
    മലകേറുവാനായ് കെട്ടെടുക്കും മേഘങ്ങളും

എന്തു പാട്ടുക,ളെന്തു ചിത്രങ്ങ, ളനുഭൂതി-
    സുന്ദരം, മൊഴിമാതിൻപഞ്ചവർണ്ണപ്പക്ഷികൾ!
ആലപിപ്പീലെന്നാമിന്നാളുകളവ, ശശ്വത്-
    ക്കാലചൈതന്യം ധന്യമാകുന്നൂ പുതുചാലിൽ.

മറഞ്ഞൂ തദ്ഗന്ധർവ്വബാലരിലേകൻ, കണ്ണു
    നിറഞ്ഞു നില്പാണമ്മ, കാണുകില്ലിനി നമ്മൾ.
അക്കലവറയില്ലാസ്നേഹത്താൽ വികസിക്കും
    നൽക്കവിൾ, ആപ്പൂച്ചിരി, തന്റേട, മസ്സൗജന്യം
ചായൽചിന്നി, യാ വയ്ക്കംകായലിലോളങ്ങൾ തൻ-
    ഛായയിലിന്നും ജലകന്യമാർ വിലപിപ്പൂ.

ഇരിമ്പുതുരഗത്തിൻഖുരപാതത്തോടൊപ്പ-
    മിരമ്പിപ്പാഞ്ഞീടുമിപ്പുകവണ്ടിതന്നുള്ളിൽ
തിരക്കിൽ ഞെരുങ്ങി ഞാനിന്നിരിക്കവേ, കൃശൻ,
    ദരിദ്ര, നൊരു കൊച്ചൻ വന്നുനിൽക്കുന്നൂ മുന്നിൽ.
ഉടക്കിത്തീപ്പെട്ടിമേലൊരു കോ, ലവൻ താളം
    പിടിച്ചു പാടീടുന്നിതാത്മവിസ്മൃതിയോടേ:
        "താഴേക്കാട്ടിൽ താമരക്കുളമൊരു
        പൂങ്കിണ്ണം-ഒരു
        തേൻകിണ്ണം...."

എന്നിലെപ്പരപുച്ഛക്കാരനോർക്കുന്നു: "കൊള്ളാം
    അന്നവർ പാടീ നല്ല നാളെയെയെതിരേല്പാൻ
അന്നല്ല നാളെ വന്നീലെങ്കിലെ, ന്തൊരു പയ്യ-
    ന്നിന്നല്പമാഹാരത്തിന്നിപ്പാട്ടു തുണച്ചല്ലോ."

■

തച്ചന്റെ മകൻ

അന്തിയിൽ കോലായിങ്കൽ വെറ്റില നൂർ തേച്ചതും
ചിന്തിയാതിരിക്കയാണെന്നച്ഛൻ, പെരുന്തച്ചൻ.

ഉച്ചതൊട്ടിതേയിരിപ്പാ, ണൊരിത്തിരിക്കഞ്ഞി
വച്ചതു മോന്താനമ്മ ചൊന്നതും ഗൗനിക്കാതെ.
ഞാനുമുണ്ടടു, ത്തപമൃത്യുവിന്നടിപെട്ട
മാനുഷാത്മാവിപ്പാരിൽ തങ്ങണം കാലംവരെ,[1]

നന്നതു, കാണപ്പെടാതച്ഛനെശ്ശുശ്രൂഷിക്കെ
സ്പന്ദിതമായെൻ പ്രേതജീവിതം[2] ചരിതാർത്ഥം.

പാങ്ങുവിട്ടെങ്ങാൻ കണ്ണുകാണാതെ വീണാലോ, ഞാൻ
താങ്ങുവാനടുത്തുണ്ടു, നീണ്ട രാവുകൾ തോറും

കരളിൽ കരളുന്ന ചിന്തയാലച്ഛൻ പായി-
ലുരുളും നേരം വീശി ഞാനുറക്കുന്നൂ, പക്ഷേ,

എങ്ങനെയുറക്കും ഞാനച്ഛനെക്കിനാവിലു-
മംഗുലി ചൂണ്ടിക്കുറ്റപ്പെടുത്തും തന്നോർമ്മയെ?

സ്വർഗ്ഗവും നരകവും കണ്ടൊരാച്ചേതസ്സിലി-
ന്നുഗ്രമാം വ്രണംപോലീയോർമ്മതാൻ ശേഷിക്കുന്നു.

അഞ്ചു കൊല്ലത്തിൻ മുമ്പാ, ണക്കഥയുളിയന്നൂ-
രമ്പലമുറ്റത്തെ മൺതരിയും സ്മരിക്കുന്നൂ:

കോണിയിൽ കാൽവ, ച്ചാനപ്പന്തലിൻ മോന്തായത്തി-
ന്നാണി ചീകുമ്പോൾ, പിതാവിന്റെ മുഷ്ടിയിൽനിന്നും

വീണിതു നിശാതമാം, വീതുളി, മുഖപ്പിന്റെ
കോണിലല്ലിത്താർ[3]കൊത്തുമെൻ കഴുത്തരിഞ്ഞുപോയ്.

---

1. അപമൃത്യു ഭവിച്ച മനുഷ്യന്റെ ആത്മാവ് സ്വാഭാവികമായി എന്നാണോ മരിക്കേണ്ടത്, അന്നുവരെ മറ്റു ഗതിയില്ലാതെ ഭൂമിയിൽ തങ്ങേണ്ടിവരുന്നു എന്നു കവിസങ്കൽപം.
2. എന്റെ പ്രേതജീവിതവും സചേതനമായി സേവനധന്യമായിത്തീരുന്നു.
3. ഈ സന്ദർഭത്തിൽ മഹാലക്ഷ്മിയുടെ കൈയിലെ കളിത്താമര.

കൈപ്പിഴയറിയാത്ത കൈ പിഴച്ചുപോയ്, ദൈവം
തൽപ്രിയം നടത്തി, യാരങ്ങയെപ്പഴിചൊല്ലും?

ആളുകൾ പഴിചൊല്ലാം, ചന്ദനമരപ്പൊത്തിൽ
കാളസർപ്പമെന്നോതാം, ആകട്ടേ കഥാരസം!

അതു കേ,ട്ടതൂഹിച്ചു സൂചനകളാൽ, മനം
പതമാ, യതുതന്നെ വിശ്വസിക്കയാം താതൻ[4]

അച്ഛനു കിടാത്തനിലഭ്യസൂയപോൽ, ഏറെ
മെച്ചമാണുപോലെന്റെ ശില്പചാപലം, കൊള്ളാം.

പറയാമവർക്കെന്തും, എന്നെ ഞാനാക്കിത്തീർത്ത
പെരുതാം വാത്സല്യത്തെയാരളന്നിരിക്കുന്നു?

ആരളന്നിരിക്കുന്നിതാ പ്രതിഭയെ,പ്പാഴ-
റ്റോരു കൈവിരുതിനെ-പ്രാവെങ്ങോ പരുന്തെങ്ങോ!

എങ്കിലുമൂറ്റംകൊൾവേ, നച്ഛന്റെ പണിക്കൂറിൽ
പങ്കെടുത്തു ഞാൻ സ്വർഗ്ഗം കണ്ടല്ലോ പലകാലം.

കാമിനീകമിതാക്കളൊത്തുചേരുവ,തത്ര
കാമനീയകമുറ്റതായിരിക്കില്ലാ, പക്ഷേ![5]

ചിറകേന്തിയാത്മാവു പറന്ന ദിനങ്ങൾ, സു-
സ്വരസാന്ദ്രമായ്, സ്വർണ്ണം പൂശിയ, സുദിനങ്ങൾ.

വസന്തർത്തൂവിൽ പൂവും കായുംപോൽ സങ്കല്പത്തി-
ലസംഖ്യം കലാശൈലി കുമിഞ്ഞ ദിവസങ്ങൾ.

അതുനാൾ കൈവേലയിലഴകായ് രൂപംകൊള്ളു-
മയിനിപ്പിലാവിലുമമൃതിൻ പരിമളം![6]

കൊണ്ടാടീ ചിലരെന്നെ, "ക്കൊച്ചന്റെ പണി കൊള്ളാം,"
മിണ്ടാറില്ലവിടുന്നു, ഞാൻ പിഞ്ചിൽ പഴുത്താലോ?

---

4. അപവാദങ്ങൾ കേട്ടും മാളോരുടെ അർത്ഥഗർഭമായ ചേഷ്ടകൾ കണ്ടും സ്വയം പ്രത്യായനത്തിലൂടെ അതു വിശ്വസിച്ചുപോകുന്നു.

5. അച്ഛനും മകനും സ്വസ്വപ്രതിഭകൾ സമ്മേളിപ്പിച്ചു കലാസൃഷ്ടി നടത്തുമ്പോഴുണ്ടാകുന്ന ആനന്ദം കാമിനീകമിതാക്കൾ ഒത്തുചേരുമ്പോൾപോലും ഉണ്ടാകുമോ? സംശയമാണ്.

6. സ്വർഗ്ഗം കണ്ടല്ലോ എന്നതിലെ അർത്ഥധാര ഇതുവരെ തുടർന്നെത്തുന്നു. ആ ശില്പരൂപങ്ങൾക്ക് അമൃതത്വം (അനശ്വരത) സിദ്ധിക്കുന്നതുപോലെ തോന്നി എന്നും.

അല്ലെങ്കിൽ ധ്വനിപ്പിച്ചു പറയും പറയുംമു-
മ്പുള്ളിന്റെ ചലനങ്ങളൂഹിക്കും ശരിക്കു ഞാൻ.

വിളിച്ചാൽ വിളികേൾക്കും മരത്തി, ലുളികൊണ്ടു
കളിച്ചു താതൻ ചേതഃസൗന്ദര്യം പകർത്തുമ്പോൾ

(എത്രമേൽ മിനുസമാക്കീടിലും മനസ്സിന്നു
തൃപ്തിയി, ല്ലതു വെട്ടിമിന്നണം കണ്ണാടിപോൽ)

ഞാനടുത്തുണ്ടായാലേ പണി നന്നാവൂ, കണ്ടു
ഞാനഭിനന്ദിച്ചാലേ തികച്ചും മിഴി മിന്നൂ.

ശരിയാ, ണെതിരായൊരാളെയും പൊറുക്കാത്ത
തരമാണങ്ങു, ന്നതിമാനുഷരമ്മട്ടല്ലോ.

കുറ്റമോതുകിൽ നീറും നെരിപ്പോടുപോൽ, സ്തുതി-
ച്ചൊറ്റവാക്കിനു പട്ടാ, ണെന്തൊരു യശോലോഭം!

പുകളിൻ പുതുവെള്ളിക്കാശുകൾ കണ്ണിൽ ചേർത്തു
പുളകം കോലും, മറ്റു കൂലിയൊക്കെയും തുച്ഛം!

വിളിച്ചു കാട്ടും നാനാവഴിപോക്കരെത്തൻകൈ-
വിരുതു, വികസ്വരവിസ്മയമധുവുണ്ണാൻ.[7]

"ചോല[8]യിലാപ്പെട്ടു, ഞാൻ ചെറുപ്പംതൊട്ടേ,യെന്തു
വേലചെയ്തെന്നോ പൊങ്ങി
വെളിച്ചത്തിലേക്കെത്താൻ!"

ചൊല്ലുമാറില്ലേ താതൻ പിന്നെയും, "കലാകാര-
ന്നില്ലാത്മസുഹൃത്താരും, ഇഷ്ടനന്ദനൻപോലും.

തലയാനതൻ ചോടും തൻചോടുമളക്കുന്നൂ
പലനാൾ പിമ്പേ വരും കൊച്ചുകൊമ്പന്മാർ ഗൂഢം,

തൻ ചുവടൊപ്പം തടം വയ്ക്കവേ, നേതാവിനെ,
വഞ്ചനയാലേ കുത്തിമറിച്ചു മുന്നേറുവാൻ."

ശങ്കയില്ലെന്നാലങ്ങേക്കെൻ പേരിൽ, പണിപ്പാടി-
ലെൻ ഗതി മറ്റൊന്നാണെന്നുള്ള കുണ്ഠിതംമാത്രം.

---

7. കാണികളുടെ (പൂപോലെ) വിരിയുന്ന വിസ്മയത്തിൽനിന്ന് അച്ഛൻ മാദകമായ ആനന്ദം (തേൻ) ഊറ്റിക്കുടിച്ചിരുന്നു.

8. ചോല -വൻമരങ്ങളുടെ നിഴൽ.

ചൊല്ലുമാറുണ്ടങ്ങുന്നു, "പുഴുവും പുല്ലുംതൊട്ടു
വെല്ലുമാ പ്രകൃതിതൻ ജീവിതകലാശില്പം

മുഴുമിക്കുന്നീലല്ലോ മർത്ത്യനി, ലവനിലൂ-
ടൊഴുകിത്തുടിക്കുമാ സർഗ്ഗവാസനാവീര്യം,

ജീവലോകത്തിനുരുപ്പടിമേ, ലുളികൊണ്ടു
ദേവലോകത്തെത്തൊടുത്തീടുവാൻ തിടുങ്ങുന്നു."

ശരിയാണങ്ങുന്നു കൂടേറ്റിയ കൂത്തമ്പലം
സുരചാരണഭാവസുന്ദരസഭാതലം;

അമ്പലക്കുളപ്പുരയിങ്കലും ബ്രഹ്മാണ്ഡത്തി-
ന്നമ്പര,പ്പില്ലത്തൂണും നിദ്രിതസപ്തസ്വരം.

പഴയകണക്കൊത്തോരച്ഛന്റെ മുഴക്കോലിൻ-
പടുതയളന്നിതു പടരുമനന്തത!

"വൃദ്ധനു ദൂരക്കാഴ്ച കൂടു,"മെന്നാലും നർമ്മ-
ബുദ്ധിയാ[9]ലച്ഛൻ തീർത്തൂ നാട്ടാർക്കു നാനാ യന്ത്രം.

കളവാണിമാർക്കനുരാഗസിന്ദൂരച്ചെപ്പ്,
കളിമ്പപ്പൈതങ്ങൾക്കു വർണ്ണപ്പൂങ്കിളികളും.

ആ വഴി പിടി,ച്ചമർത്ത്യനെയും മനുഷ്യനായ്
ഭാവനംചെയ്തേ, നച്ഛനനുകമ്പയാർന്നാലും.

നിത്യജീവിതശില്പം കൊത്തിനേൻ മരത്തണ്ടിൽ
ക്ഷുദ്രമാണെന്നാലുമെ, ന്താളുകൾക്കതിൽ കമ്പം!

'പാമരഹിതം നോക്കും പാഴ്മരത്തലയ'നെ
പ്രേമകൗതുകപൂർവ്വമച്ഛനാക്ഷേപിച്ചാലും

കാണുകിൽ ചിരിക്കുവാൻ,കരയാൻ,പേടിക്കുവാൻ
കാരണമാം വക്ത്രങ്ങൾ[10] ചിത്രണംചെയ്തീടുവാൻ

കൂടുതൽ വെളിച്ചവും വായുവും വീശും കൊച്ചു-
വീടുകളുണ്ടാക്കുവാൻ, കൊരുത്ത ചക്രങ്ങളാൽ

9. ജീവിതപുരോഗതിക്കുതകുന്ന ചില ശില്പങ്ങളും യന്ത്രങ്ങളും അച്ഛൻ രചിച്ചത് അധികവും നേരമ്പോക്കായിട്ടായിരുന്നു. അച്ഛന്റെ യഥാർത്ഥകല ഏറക്കുറെ അഭൗമമായിരുന്നു.

10. മുഖങ്ങൾ

ആറ്റിലെ വെള്ളം മേലോട്ടേറ്റുവാ, നൊഴുക്കിലും
കാറ്റിലും തിരിയുന്ന ചക്കുകൾ ചമയ്ക്കുവാൻ

പണിപ്പെട്ടിതെൻ, കുറു,മ്പുറക്കത്തിലുമൊരു
പറക്കും യന്ത്രം തീർക്കലായിരുന്നിതെൻ സ്വപ്നം.

ആകിലും മടിച്ചീലെന്നവിവേകിത, പാലം
പൂകിടും യാത്രക്കാരെ, യാറ്റിലെ വെള്ളം മോന്തി

തുപ്പുമാറച്ഛൻ യന്ത്രപ്പാവയെ വെക്കെ, ത്തുപ്പും
ചെപ്പിയിലടിക്കുവാൻ മറുപാവയെത്തീർപ്പാൻ.

"തന്തയെ വെല്ലും കേമൻ മക," നെന്നൊരു വിദ്വാൻ;
തൻമുഖം കുനിച്ചുളിതേയ്ക്കയേ ചെയ്തു താതൻ[11]

പേരാളുമാനപ്പന്തൽ പുതുക്കാനാക്കീതങ്ങേ-
യൂരാളർ, ചൊല്ലീതാനും, 'മകനോടാലോചിപ്പാൻ.'

ഞാനതിലഭിമാനംകൊണ്ടതെൻ ഗുരുത്വക്കേ-
ടാ,ണതിനുചിതമാം ശിക്ഷയേ വിധി നൽകി.

താതനെന്തപരാധമാണതിൽ, മനഃപൂർവ്വം
താനിരുന്നീടും കൊമ്പു വെട്ടുമോ പെരുന്തച്ചൻ?

വെട്ടിയെന്നത്രേ ലോകം, ഹൃദയം പിഴയ്ക്കുകിൽ
പറ്റിടുമറിയാതെ പിഴ കൈയിനുമത്രേ[12]

ഉന്നതകലാബോധമുള്ളവ, ർക്കൊരപൂർവ്വ-
സുന്ദരകലയാകാം തലകൊയ്യലുമത്രേ.

വെട്ടിയെന്നത്രേ ലോകം, എൻ നാവു മധുരിപ്പൂ,
നട്ട കൈയല്ലോ കൊയ്തൂ, ഞാനനുഗൃഹീതനായ്.

ഹാ, നുണ, ഞാനെങ്ങനെയത്രയ്ക്കു ചെറുതായി-
ക്കാണുമച്ഛനെ, യെന്നെയത്രമേൽ വലുതായും![13]

---

11. ഈ ചേഷ്ടയിൽനിന്നു പെരുന്തച്ചന്റെ കുറ്റത്തിന്റെ സത്യം തെളിയുന്നു.
12. എന്നൊരു മനഃശ്സ്ത്രസിദ്ധാന്തമുണ്ട്. ഹൃദയത്തിൽ വെറുപ്പുണ്ടെങ്കിൽ അറിയാതെതന്നെ പ്രവൃത്തികളിലും കുഴപ്പമുണ്ടാകുന്നു. ഉദാ: ഭൃത്യന്റെ മനസ്സിൽ പരിഭവമുള്ളപ്പോൾ അവനറിയാതെ വീണ്ടും വീണ്ടും കൈയിൽ നിന്നു പാത്രങ്ങൾ വീണുടഞ്ഞുപോകുന്നു.
13. അച്ഛൻ എന്നെ മനഃപൂർവ്വം കൊന്നതാണെന്ന് വാദത്തിനുവേണ്ടിപ്പോലും ഞാൻ സമ്മതിക്കുന്നതു ശരിയല്ല; കാരണം, അപ്പോൾ അച്ഛന്റെ മഹത്ത്വം കുറയുന്നു; ഞാൻ അച്ഛന്റെ പ്രതിദ്വന്ദ്വിയാകത്തക്കവണ്ണം വലുതാകയും ചെയ്യുന്നു.

ഇടിഞ്ഞൂ ചിന്തേരിട്ട വൻതേക്കിൻപെട്ടിക്കൊപ്പ-
മിരുന്ന നെഞ്ചും തോളും, മെലിഞ്ഞൂ നെടുംകൈകൾ.

ചിരിക്കാതെയായ്, വേലയ്ക്കിറങ്ങാതെയായ്, വീട്ടി-
ലിരിപ്പാണച്ഛൻ; പാതി പണിത ശില്പംപോലെ.

അമ്മതൻ ഗർഭം ശിശുവെപ്പോലെ, വളർക്കുന്നി-
തമ്മനം ഞാനാം മൂകദുഃഖത്തിൻ പ്രിയരൂപം!

(മുറുക്കിത്തുപ്പുന്നതിൽ ചോരയോ കാൺമൂ, പിറു-
പിറുത്തു മുറ്റ, ത്തുറ്റുനോക്കുവതെന്തിന്നേവം?)

മാപ്പു നൽകീ ക്ഷീണകാലത്തു ശോകത്തിൻ മാ-
റാപ്പു നൽകിയൊരെനി, ക്കീ മൂഢലോകത്തിന്നും

ദാരുണം പഴിചൊല്ലും ഹൃദയത്തിനും, ശുഷ്ക-
ദാരുവെജ്ജീവിപ്പിക്കുമങ്ങുന്നു ജീവിച്ചാലും!

എത്ര ഞാൻ കൊതിപ്പീല മുന്നേപ്പോലുടൽപൂ, ണ്ടാ-
പ്പുത്രവാത്സല്യത്തിന്റെ നോറ്റ[14] കൺ കുളുർപ്പിക്കാൻ!

കണ്ണുനീരോടേ കെട്ടിപ്പുണരാൻ, അന്യൂനമെൻ
കണ്ഠനാളിയിലാക്കൈ തഴുകും സുഖമേൽക്കാൻ[15]

നിഷ്ഫലം മോഹം, ഫലിച്ചാലുമെ, ന്താളിക്കത്തി-
യപ്പൊഴേ കെടുമച്ഛൻ,[16] അമ്മ വന്നെത്തുംമുമ്പെ!

യാതനയുടെ നിത്യഭാര, മാച്ചിതൽതിന്ന
ചേതന താങ്ങാം, ഹർഷാഘാതമെങ്ങനെ താങ്ങും?

ഇല്ലൊരു മകൻ തുണയ്ക്കുണ്ടായീലുരിക്കഞ്ഞി-
വെള്ളമേകുവാനൊരു കൊച്ചടുക്കളക്കാരി.[17]

തൻ പേരു നിലനിർത്താൻ, തന്നുളി പിടിപ്പിക്കാൻ
പൊൻപേരക്കിടാവൊന്നും പിറന്നീ,ലെന്നാലെന്തേ!

---

14. ഏറെ നാളായി കൊതിച്ചു കഴിയുന്ന
15. എന്റെ കഴുത്തു ക്ഷതമില്ലാതെ പൂർണ്ണമായിരിക്കുന്നില്ലേ എന്നു തീർച്ചപ്പെടുത്താൻ മിക്കവാറും അബോധമായി അതിനെ വീണ്ടും വീണ്ടും തഴുകും.
16. നിമിഷംകൊണ്ട് അച്ഛൻ ആഹ്ലാദവേശംകൊണ്ടിട്ട് അപ്പോൾത്തന്നെ മരിക്കും.
17. മകന്റെ കെട്ടിയവൾ

ഓർത്തിരിയാത്തോരു കൈ നരനു താങ്ങായ്ത്തീരാം,
ഓത്തിനു കൂടാത്തവരുറ്റ ശിഷ്യരുമാകാം.

അച്ഛന്റെ തിരിയേന്തി,യക്ഷത,രിനി വരും
കൊച്ചുങ്ങളീ നാടിന്റെ ശില്പങ്ങൾ പണിയവെ,

ധാടിയിൽ പൊങ്ങും 'തട്ടിമുട്ടി' ലാപ്പുകഴ്ന്ന കൊ-
ട്ടോടിതൻ ഘോഷം കേട്ടീ മണ്ണു കോൾമയിർകൊള്ളും.

കൈനിലവിളക്കാർന്നു ദീനദർശന, കൂനി-
ക്കൂനിയെൻ പെറ്റമ്മയുണ്ടുമ്മറത്തണയുന്നു.

അഞ്ജലിയർപ്പിക്കയാണങ്ങു, ന്നാ വെളിച്ചത്തിൽ
പുഞ്ചിരിപൊഴിപ്പതാർ? ആകാശപ്പെരുന്തച്ചൻ!

അത്തിരുവാത്സല്യത്തിൻ ധാരയിൽ കലി മാഞ്ഞു
ശുദ്ധമായ്, പ്രസന്നമായ്, കരൾ പൂകട്ടേ ശാന്തി!¹⁸

---

18. 1954-ലെ തിരുവനന്തപുരം പരിഷത്തു കഴിഞ്ഞപ്പോൾ മഹാകവി ജി. രചിച്ച 'പെരുന്തച്ചൻ' എന്ന കവിത വായിച്ചപ്പോൾ എഴുതിയത്.

പരിണാമഗാഥ[1]

പാടട്ടേ പരിണാമഗാഥയിനി ഞാൻ,
        ഈരെട്ടുകൊല്ലത്തിലീ
നാടത്രയ്ക്കു പകർന്നു, മുൻനിലയിലേ
        നില്ക്കുന്നു നൽക്കുന്നുകൾ
പാടത്തിന്റെ ഞരമ്പു ലോറികളിര-
        മ്പീടും നെടുമ്പാതയായ്,
മാടം മാളികയായ്, പരന്ന തരിശോ
        കൈതപ്പഴത്തോപ്പുമായ്.

നീളത്തിൽ പല കന്നുപൂട്ടിയ നിലം
        ഭേദിക്കയാം ട്രാക്ട, റാ-
ക്കാളത്തേക്കു നടന്നിടത്തു കുളിർനീർ
        തുള്ളുന്നു യന്ത്രങ്ങളാൽ
മേളത്തിൽ ചെറുവീടുതോറുമുയരും
        ട്രാൻസിസ്റ്ററിൻ പാട്ടു ഹൃ-
ന്നാളത്തെത്തഴുകുന്നു, ഹന്ത കുയിലേ,
        നിർത്താമിനിപ്പഞ്ചമം.

ചേറിൻചാർത്തെഴുമർദ്ധനഗ്നരെവിടെ-
        പ്പോയോ?തെളിച്ചട്ടയാൽ
മാറിൻനീലിമ കാട്ടിടും പുതിയ ത-
        ന്റേടങ്ങൾ മേളിക്കയാം
കേറി,ജ്ജീവിതസംഗരത്തിൽ വിജയി-
        ച്ചീടാനുദഗ്രം നഖം
പേറി,ക്കമ്പനിമൂലയിൽ,കവലയിൽ,
        ഗ്രന്ഥാലയത്തിങ്കലും.

---

1. ചെമ്മണ്ണിൽ ഇരുമ്പിന്റെ അംശം കൂടുമല്ലോ.

കാന്തത്തിൻ തിരമാലപോൽ നിഭൃതമാ-
    യിന്നാട്ടുചെമ്മണ്ണിനെ[2]
ഭ്രാന്തക്രൂരനവീനകാലവിപുലാ-
    സ്വാസ്ഥ്യം തരിപ്പിക്കവേ,

സ്വാന്തത്തിൻ ചെറുസൂചി മേ,
    വഴുതി നീങ്ങീടുന്ന മുൻനാളിലെ-
ശ്ശാന്തസ്വച്ഛസുഖത്തിനെത്തിരകയാം
    നില്ലാതെയെല്ലാടവും.

എൻ പൂർവപ്രിയശിഷ്യരിങ്ങു വിലസീ
    കുഗ്രാമവിദ്യാലയേ
പൊൻപൂവിൻനിരപോലെ, മണ്ണിതു മണ-
    ത്തീടുന്നു നൂറോർമ്മയാൽ
പിൻ,പൂരെത്ര കട,ന്നിവർക്കു തൊഴിലെ-
    ന്തെന്തായി? സമ്പത്തിനാൽ
സമ്പൂർണ്ണം മലനാടിവർക്കു നിതരാം
    പെറ്റമ്മ, ചിറ്റമ്മയായ്.

കൂടിച്ചേർന്നിഹ കണ്ടു നമ്മൾ വെയിൽ ചാ-
    യുമ്പോൾ വിലങ്ങന്റെ[3] തെ-
മ്മാടിപ്പൂഞ്ഞയിൽ വാണ്, (ദില്ലിയിലെഴും
    ഗോവിന്ദനോർക്കുന്നുവോ?)
താടിക്കുന്നുകൾ കാൺകെയാശ്ശിവപുരീ-
    കൂലത്തി,ലിന്ദുച്ഛദം
ചൂടി, ക്കേളിയിലാടിടും കവിതയെ,
    ഗ്രാമീണമാം തൂമയെ.

കൈനിറമോടു, കാർചുരുൾകുഴൽ-
    ച്ചാർത്തോടു, മാർ ചേർത്തെഴും
കൈതന്നിൽ ചില പുസ്തകത്തൊടുമെനി-
    ക്കാരോമലായ് മിന്നിയോൾ
മെയ്തള്ളി, ത്തടി വീർത്തു, തൻ കണവനോ-
    ടൊത്തന്യനാട്ടിൽ സ്വയം

---

2. ചെമ്മണ്ണിൽ ഇരുമ്പിന്റെ അംശം കൂടുമല്ലോ.

3. തൃശ്ശൂരിനു നാലുമൈൽ പടിഞ്ഞാറു വിലങ്ങനെ കിടക്കുന്ന കുന്ന് (കാള പോലെ)

പൈതങ്ങൾക്കു കഥിക്കയാം കഥകൾ ഞാൻ
പണ്ടിങ്ങു ചൊന്നുള്ളവ.

താരുണ്യത്തിലടർന്ന പൊന്നുമകൾതൻ
പേരിട്ടു ഹൈസ്ക്കൂളിതൊ-
ന്നാരുണ്ടാക്കിയെടുത്തു നല്കി, തണലായ്,
താങ്ങായെനിക്കേതൊരാൾ[4]

നേരു, റ്റല്പധനത്തിൽ മാന്യത വള-
ർത്തോരാ വിശിഷ്ടന്റെ വെ-
ണ്ണീരുറ്റോരിവിടത്തെ മൺപൊടി ധരി-
ക്കാവൂ ശിരസ്സാലെ ഞാൻ,

നേരോർത്തീടിൽ നരൻ മരിപ്പതൊരിട-
ത്ത, ല്ലേതിടത്തൊക്കെയോ
വേരോടിത്തളിർചൂടി, യസ്ഥലികളിൽ-
ജ്ജീർണ്ണിപ്പൂ തൽസത്തയും,
പേരോടൊത്തൊരു തൊണ്ടു പിൻപടികയാം
തന്നന്ത്യമാം മണ്ണിൽ, ഞാ-
നാരോ, വന്നിഹ കാണ്മിതെൻ യുവതതൻ
മ്ലാനശ്മശാനസ്ഥലം!

എണ്ണിപ്പാടുവതെന്തിനീ സ്മൃതികൾ ഞാൻ,
എൻ ഗീതിയാം പട്ടുനൂൽ-
ക്കണ്ണിക്കാകുവതോ പറന്നൊരു വസ-
ന്തത്തേ നിബന്ധിക്കുവാൻ?
ഉണ്ണിക്കാൽകൾ ചലിപ്പു വീണ്ടുമിവിടെ
സ്കൂളിങ്കലേ, ക്കായിരം
കണ്ണിൽ പൂമ്പുലർവെട്ട, മോമനകളേ
നേരുന്നു ഞാൻ മംഗളം.

(10-4-1971)

■

4. കുറ്റൂരിൽ ചന്ദ്രാ മെമ്മോറിയൽ ഹൈസ്ക്കൂൾ സ്ഥാപിച്ച് സർക്കാരിലേല്പിച്ചു കൊടുത്ത കരിമ്പറ്റ കൊച്ചുണ്ണിമേനോൻ.

കയ്പവല്ലരി[1]

ചായയും സല്ലാപവും, പുതുതായ് ഭവാൻ തീർത്ത
ചാരുവാം കവിതയും-ഹൃദ്യമീ വിരുന്നുണ്ണാൻ

കുതുകാലണഞ്ഞു ഞാൻ തോഴരേ, സായന്തന-
ക്കതിരാലെങ്ങും ശാന്തി തളിർത്ത തവ വീട്ടിൽ.

അപ്പൊഴത്ഭുതമെന്തു ചൊല്ലാവൂ, മുറ്റത്തൊരു
കയ്പവല്ലിതൻ ചോട്ടിൽ തുളുമ്പും കുടവുമായ്

നില്പതായ് കാണപ്പെട്ടൂ താങ്ക, ളത്തെളിമുഖ-
ത്തല്പമാം ജാള്യം ചോരും സൗഹൃദച്ചിരിയോടെ.

ശാരദമേഘം[2]പോലാത്തടത്തിൽ നീർപാറ്റുന്ന
നേര, മാക്കുഞ്ഞിന്റേതുപോലെയാം തവ കൈകൾ,

പേനയേ ശീലിച്ചുള്ള പേലവകരങ്ങ, ള-
ധ്വാനഭാരത്താൽ ദയനീയമായ് കുഴഞ്ഞാലും

നിവർന്നൂ പിന്നെബ്ഭവാ,നല്പരോമമാം മാറിൽ
നിറയെ കൃഷീവലപൗരുഷഹർഷത്തോടേ.

ഹാ പരിചിതമല്ലോ കടലാസ്സരണ്യത്തിൽ[3]
വ്യാപരിക്കുമീ നമ്മൾക്കീ ഹരിതമാം ഹർഷം.

ഇത്തിരി മണ്ണിൽ താനേ കിളച്ചു വിയ,ർത്തൊരു
വിത്തുപാകുമ്പോൾ, പേർത്തുമത്തടം നനയ്ക്കുമ്പോൾ,

പച്ചയാം രക്തം മുറ്റിപ്പടരും ദലച്ചാർത്തിൽ
പറ്റിയ പുഴുക്കളെപ്പിടിച്ചു കളയുമ്പോൾ,

---

1. എറണാകുളത്ത് 'ജി' ആദ്യം താമസിച്ചിരുന്ന വാടകവീടിന്റെ അന്തരീക്ഷം.
2. അവിടവിടെ വെളുത്തു നരച്ചാലും കേരളത്തിലെ ശരന്മേഘങ്ങൾ ആർദ്രത വിടാതെ അപ്പപ്പോൾ പെയ്യാറുണ്ട്.
3. കടലാസുകളുടെ കാട്ടിൽ

കടിഞ്ഞിൽപ്പൂവും കായും കാണുമ്പോ, ഴീ നമ്മൾക്കു
കരളിൽ തുടിക്കുന്നീലെന്തെ ന്തൊരഭിമാനം![4]

പണ്ടുതൊട്ടിന്നോളവുമീ മലനാട്ടിൻ കുന്നിൻ-
പള്ളയും കാടും വെട്ടിനിരത്തി, ത്തണ്ണീർത്തേവി

വയലും തോപ്പും കായ്പൂന്തോട്ടവും വിരിയിച്ച
വലിയോർകളാം വീരപൂർവ്വികരുടെ രക്തം

ഉണരുന്നല്ലോ വീണ്ടും നമ്മളിലന്നേരം നാ-
മണയുന്നല്ലോ തിര്യെ നമ്മൾതൻ തറവാട്ടിൽ,[5]

ഉർവ്വിയേ പുഷ്പിപ്പിക്കും കലപോൽ നമുക്കത്ര
നിർവൃതികരം സർഗ്ഗവ്യാപാരമുണ്ടോ മന്നിൽ?

നഗരത്തിലെ രാജപാതയിലാരാൽ നാനാ-
ബഹളംകൂട്ടിക്കാർകളെങ്ങോട്ടോ കുതിക്കവേ[6]

കവിയും കൃഷകനുമൃഷിയുമൊരാളിൽത്താൻ
കതിർ ചൂടുമാക്കാഴ്ച കണ്ടു ഞാനാമോദിക്കെ,

അയൽപക്കത്തെബ്ബാലികാലയ[7]ത്തിലെത്തോപ്പി-
ലരളിപ്പൊൻപൂക്കളും, ജാലകച്ചട്ടങ്ങളിൽ

തുടുത്ത കുറുനിരച്ചാർത്തണിമുഖങ്ങളും
വിടരും നർമ്മത്തോടാക്കാഴ്ച കണ്ടാനന്ദിക്കെ

അപ്പപ്പോൾ കിട്ടും കുടിനീരിനാൽ കൃതജ്ഞയ-
ക്കയ്പവല്ലരി പെറ്റ കോമാളിക്കിടാങ്ങളെ[8]

---

4. കൃഷിക്കാരല്ലാത്തവർക്കെല്ലാം അപൂർവ്വവും അനവദ്യവുമായ ഒരനുഭവമാണീത്. ഈ ആഹ്ലാദാനുഭവമാണ് കവിതയുടെ മർമ്മം. എന്തു കൊണ്ടാവാം ഇങ്ങനെ അഗാധമായ ഒരാഹ്ലാദമുണ്ടാകുന്നതെന്ന് അടുത്ത വരികളിൽ സൂചിപ്പിക്കുന്നു.

5. പരിഷ്കാരത്തിന്റെ എന്തൊക്കെ മേലടുക്കുകൾ നമ്മെ പൊതിഞ്ഞാലും കൃഷി നമ്മുടെയെല്ലാം രക്തത്തിലുണ്ട്.

6. കൃത്രിമപരിഷ്കാരത്തിന്റെ ബഹളം.

7. വൈ.ഡബ്ലിയു.സി.എ.

8. തെളിഞ്ഞു നീണ്ടും കുറുകിയും താന്തോന്നികളായി വളരുന്ന ആ കുട്ടികളെ.

തൻപേരക്കിടാങ്ങളെപ്പോലെ ധന്യതകോലു-
മൻപേറും കണ്ണാൽ ചൂണ്ടിക്കാണിച്ചു നിന്നൂ ഭവാൻ.[9]

ഓർത്തു ഞാ,നക്കായ്കളിൽ പകർന്നിട്ടുണ്ടാമല്പ-
മാത്രമെങ്കിലുമങ്ങേക്കവിതാസന്മാധുര്യം

അതുപോൽ മുന്നേക്കാളും വേരുറപ്പോടിക്കാല-
ത്തതുലോല്ലാസം നീളും താവക കവനത്തിൽ

മേദുരാരോഗ്യപ്രദം മൃദുവാം മുള്ളിന്നുള്ളിൽ
സ്വാദുവാം ലഘുതിക്തരസവും കാണ്മീലല്ലി.[10]

■

9. അങ്ങയുടെ നോട്ടം അവയുള്ളിടത്തേക്കു നീണ്ടുചെന്നു. (കൈ ചൂണ്ടി ക്കാണിക്കുന്നതു ശരിയല്ല എന്ന പഴമൊഴിയെ ആദരിച്ചോ വാക്കു കൊണ്ടോ).
10. കവിയുടെ തോട്ടപ്പണിയിൽനിന്ന് കവിത ചിലതു നേടുന്നു; വേരുറപ്പ്, വളർച്ച, രുചിവിശേഷങ്ങൾ, ആവശ്യമായ ഒരു കുറുമ്പും!

ഉജ്ജ്വലമുഹൂർത്തം[1]

അശ്രുവാൽ കടൽ തീർത്തോ-
രാദിമകവി പാടീ;
അത്രിയാം മഹർഷിത-
ന്നാശ്രമവാടം പൂകി

രാമലക്ഷ്മണന്മാരും സീതയും, തപോധന-
പ്രേമസൗരഭം ചോരും സത്കാരം ഭുജിക്കവേ,

പതിനായിരമാണ്ടു വൻതപമനുഷ്ഠിച്ച
സതിയാമനസൂയ, വൃദ്ധയാമൃഷിഭാര്യ,

ജാനകിയാളെച്ചാരേ വിളിച്ചു, സമാരബ്ധ-
കാനനവാസക്ലാന്തി വാട്ടിയ തളിർമേനി

കാറ്റിലെ വാഴയ്ക്കൊപ്പം വിറയ്ക്കും തൻമെയ്യോടു
ചേർത്തു, മൺപൊടിതാവും മൂർദ്ധനി ചുംബിച്ചോതീ:

"മകളേ, പതിധർമ്മചാരിണി, നീയേ ഭാഗ്യ-
ത്തികവേലുവോൾ, നിന്നാൽ പ്രീത ഞാൻ, പ്രഹൃഷ്ട ഞാൻ.

നീചനാകിലും നാഥൻ ദൈവതം കുലസ്ത്രീക്കു
നീ സുകൃതിനി, രാമൻ നിൻപ്രിയൻ ലോകപ്രിയൻ.

ദീർഘമാം തപസ്സിനാൽ നേടിയ കരുത്തുണ്ടെൻ
വാക്കിനു, നിനക്കു ഞാനെന്തു ചെയ്യേണ്ടൂ ഭദ്രേ?"

ആരുടെ മഹാസിദ്ധി
മഴപെയ്യിക്കെ, പ്പത്താ-
ണ്ടാതപം വരട്ടിയ
പാരിതിൽ പൂ, കായ്, തിങ്ങീ,

---

1. പ്രസിദ്ധീകരണം മംഗളോദയം മാസികയിൽ

ഗംഗയുമൊഴുകിപ്പോൽ, ആരുടെ ചാരിത്രത്തിൻ
തുംഗവൈഭവാൽ കാമപ്രാർത്ഥികൾ, ത്രിമൂർത്തികൾ

നമ്മുലക്കുഞ്ഞുങ്ങളായ് മാറിപോ, ലമ്മാതാവിൻ
മുമ്പിലഞ്ജലിപൂണ്ടു, "പോരു"മെന്നാൾ മൈഥിലി!

ആ മൊഴി കേൾക്കെ, പ്രീത്യാ തഴുകിച്ചൊന്നാൾ ദാന്ത
"മാമകഹർഷം നിങ്കലേതാനും ഫലിക്കട്ടെ.

മംഗളം വളർത്തട്ടേ വത്സയിൽ ഞാൻ നല്കുമീ-
യംഗരാഗവും, മാല, യാടകൾ, പണ്ടങ്ങളും:

അമലാഭമീയംഗരാഗം നീയണിയുകിൽ
കമലാകാന്തൻപോലെ കാന്തിമാനാം നിൻ കാന്തൻ."

അരികെത്തൊഴുകൈയോ-
ടമരും പെൺതയ്യലോ-
ടരുമക്കഥയൊന്നു
ചോദിച്ചാൾ തപസ്വിനി.

"കേട്ടു ഞാൻ സ്വയംവരവിധിയാൽ നീ രാമനെ
വേട്ടുവെ, ന്നതൊക്കെയുമൊന്നു വിസ്തരിച്ചാലും;

ഒട്ടുമേ വിടാ,തെല്ലാം നീ നിനക്കനുഭവ-
പ്പെട്ടമാതിരിയെന്നെ വർണ്ണിച്ചുകേൾപ്പിച്ചാലും"

വ്രീളയാൽ മുഖം ചോന്നു താഴ്കിലു, മകളങ്ക-
ശീലമാമൃജുതയാലൊക്കെയും ചൊന്നാൾ തന്വി.

പൂട്ടിയ ചാലിൽ തന്നെക്കണ്ടെടു, 'ത്തിതു ഭാഗ്യം
കാട്ടിയ നിധി,'യെന്നു തൻ താതനൊക്കത്തേറ്റി,

മകളാക്കിയോരിമ്പം തുടങ്ങി, സ്വയംവര-
പ്പുകളാലിരമ്പുന്ന മിഥിലാപുരിതന്നിൽ

ഛിന്നമാം ധനുസ്സേന്തും രാഘവൻ, മുറിഞ്ഞുള്ളോ-
രിന്ദ്രചാപത്തെപ്പൂണ്ട മുകിലിൻപടി നില്ക്കെ,

ആ മനോഹരനെത്താൻ പുതുമണ്ണുപോ, ലിമ-
ത്തൂർമയാൽ മാഴ്കും കണ്ണാൽ കണ്ടതും കുളിർത്തതും,

അനുരാഗിയാകിലും രാഘവൻ, പിതാവിന്റെ-
യനുവാദത്തെക്കാത്തു നാൾകഴിച്ചതു,മെല്ലാം

ഓമലാൾ കഥിക്കെ, യാക്കഥയിൽജ്ജീവിച്ചാ, ളാ-
പ്രേമവിസ്മയാഹ്ലാദവശയാമനസൂയ

കിളിയും മാനും ചാഞ്ഞു
പിന്നെ, യക്കപോതമെ-
യ്യൊളിയാം ഹോമപ്പുക
പൊങ്ങവേ, നിഴലുകൾ

കൃഷ്ണസാരത്തെപ്പോലെ കുറുക്കെ, സ്സന്ധ്യാകർമ്മ-
സ്വച്ഛരായുടജത്തിൽ ഫലമൂലാഹാരത്താൽ

തൃപ്തരായെല്ലാവരു, മോടലെണ്ണതൻ സൗമ്യ-
സ്നിഗ്ദ്ധമാം പ്രകാശത്തിലിരിക്കെ, മുനിപത്നി

സീതയെ വിളിച്ചോതീ രഹസി, "കൊതിയുണ്ടെൻ
ചേതസി, നീ ചാർത്തുക ഞാൻ തന്ന ചമയങ്ങൾ."

ആദരാൽ ശുചിസ്മിതയണിഞ്ഞാളവയെല്ലാം,
ആടയാഭരണങ്ങൾ മാലയും കുറിക്കൂട്ടും.

പിന്നെയപ്പൊൻകാപ്പണിക്കൈ പിടി, ച്ചനസൂയ
തന്വിയെത്താൻതാൻ സദസ്സിങ്കലേക്കെത്തിക്കവേ

ഓമലാൾ താരാകീർണ്ണരാവുപോൽ വിളങ്ങവേ,
രാമചന്ദ്രനും കണ്ടു പുഞ്ചിരിപൊഴിക്കവേ

അന്തരാ കൃതാർത്ഥയായ്, പൊൻമകളുടെ വേളി-
പ്പന്തലിൽ നില്ക്കുമ്പോലെ പുളകംപൂണ്ടു വൃദ്ധ!

പതിനായിരം വർഷം
വൻതപം നോറ്റുള്ളോളേ,
വ്രതകാർശ്യത്താൽച്ചുക്കി-
ച്ചുളിഞ്ഞു നരച്ചോളേ

ദേവിയാമനസൂയേ, ബ്രഹ്മലോകത്തിൽ ചിരം
നീ വിരുന്നേറ്റാലെന്ത്? മഹത്താം നിൻ മാതൃത്വം

കൊതികൊൾകയാം മണ്ണിൻമകൾതൻ പരിണയ
കഥ കേൾക്കുവാൻ, അതിൽ കരളാൽ സംബന്ധിപ്പാൻ

അവളെപ്പട്ടും പൊന്നും ചാർത്തിപ്പാൻ, മണാളന്റെ-
യരികേ നിർത്തിച്ചന്തം കണ്ടു കൺ നിറയ്ക്കുവാൻ!

മണ്ണു നീ, കാലാകാലം ജ്യോതിസ്സിൻപഥം താണ്ടി-
ത്തന്നുടൽ ചുളിഞ്ഞോളാമിപ്പുരാതനഭൂമി

ആർദ്രയായ് തൻ മക്കൾതൻ കല്യാണരംഗത്തിങ്കൽ-
ദ്ധൂർത്തടിക്കുവോളല്ലോ സ്വതപഃസുകൃതങ്ങൾ

ചെറുമീനിണയ്ക്കായിസ്സാഗരം തീർപ്പൂ മാതാ,-
വിരുപൂവിനുവേണ്ടി വസന്തം ചമയ്ക്കുന്നു.

പുഴുവെപ്പൂമ്പാറ്റയായുടുപ്പിക്കുന്നു, മാനിൻ
വഴിയേ തിരുമണ[2]ക്കസ്തൂരിമണം ചേർപ്പൂ.

തൻ പ്രിയസീതക്കുട്ടി[3] രാമനെ വേൾക്കുന്നതെ,-
ങ്ങമ്മയ,ങ്ങഭിമാനപുളകംപൂണ്ടേ നില്പൂ

നവതാരുണിയാൽ താനണിയിച്ചൊരുക്കിയോ-
രവരെപ്പോലാർക്കുള്ളൂ വീര്യവും സൗന്ദര്യവും?

താടി നീണ്ട വൈരാഗ്യം നന്മ നേരട്ടേ, മുടി
ചൂടിയ ധർമ്മം പൂർണ്ണധന്യത പൂകീടട്ടേ.

"മക്കളേ, കരൾ ചേർത്തു നിങ്ങൾ കൈകളും കോർത്തു
നില്ക്കുമീയനവദ്യോജ്ജ്വലമാം മുഹൂർത്തത്തിൽ

അറിവാൽ നരച്ചോരീശ്ലോകമൂകയാമമ്മ-
യതിമുഗ്ദ്ധയായ് നെഞ്ചിലിക്കിളിപൂണ്ടേ വാഴ്വൂ

ചേതസ്സിൽ പണ്ടേ തായ കുടി വച്ചൊരാജ്ഞാത-
വേദസ്സിൻ ചുറ്റും നിങ്ങളിങ്ങനെ വലംവയ്ക്കൂ.

'ഞങ്ങളൊ, ന്നൊന്നീ ഞങ്ങ്', ളെന്നു നിങ്ങടെ ഹൃദ-
യങ്ങളൊപ്പമേ ചൊല്ലുമദ്വൈതസൂക്തത്തിങ്കൽ

2. വിവാഹം

3 ഭൂമിക്ക് ഓരോ പെൺകുട്ടിയും സ്വന്തം സീതക്കുട്ടിയാണ്.

ഭാവിതന്നിളം കൊഞ്ചൽ കേൾക്കെ, യമ്മാതാവിന്നു
ദേവലോകവും തുച്ഛം, നിർഗ്ഗന്ധം ചിദാനന്ദം!"

എങ്കിലും ദൗഷ്ട്യത്തിന്റെ
കെടുവില്ലോടിയുന്നീ,-
ലങ്ങൊരു പുലർകാലേ
തമസാനദീകൂലേ

അഞ്ചിതരാഗം തമ്മിൽ കൊക്കു ചേ, ർത്തൊരു കൊമ്പിൽ
തഞ്ചിടും ക്രൗഞ്ചങ്ങളിലൊന്നിനെ വനവേടൻ

കൊന്നുവീഴ്ത്തിയ നോവാലാദിമകവി വാർത്ത
കണ്ണുനീരൊരു പെരുങ്കടലായ്പ്പരക്കുന്നു!

4-10-1963

■

സുൽത്താനും കവിയും

ആഗമിച്ചല്ലോ വീണ്ടും
കാലവർഷമാം സുൽത്താൻ
ആകവേ കര, കട,-
ലാക്രമിച്ചാർജ്ജിച്ചോരു

വാണിഭങ്ങളും, പൊന്നും രത്നവും, പട്ടും ഭേസു-
മാനയൊട്ടകങ്ങളോ, ടിരമ്പും, പടയോടും

ആകാശപ്പെരും മരുഭൂമിയിലൂടേ വീണ്ടു-
മാഗമിച്ചല്ലോ കാലവർഷമാം മഹാസുൽത്താൻ.

ഹാ ശൃണു, പടഹത്തിന്നഭ്രഭേദിയാം നാദം,
ആശകൾ വളയ്ക്കുന്ന മണിതോരണം കാണൂ!

കുന്നുകൾതോറും നീലമയിൽക, ളരാളമാം
സുന്ദരഗളം പൊക്കിക്കാഹളംവിളിക്കവേ,

മലകൾക്കിടയ്ക്കുള്ള മായികപുരിയിലേ-
ക്കുലകം മെതിച്ചേറ്റിപ്പോവുകയത്രേ സുൽത്താൻ!

ഉയിരിന്നിമ്പം നമ്മൾ-
ക്കിനിയുത്സവം, മാന-
ത്തുയരുന്നല്ലോ സുൽത്താൻ-
തൻ പടകുടീരങ്ങൾ.

കൈക്കരുത്താലദ്ദേഹം കവർന്ന സല്ലാവണ്യ-
പ്പൊല്ക്കൊടികളാൽ പേർത്തും മിന്നുന്നിതന്തർഗേഹം.

കാവൽനില്ക്കുന്നൂ ചുറ്റും കറുത്തോരടിമകൾ,
സേവകരൊരുക്കുന്നു മദ്യത്തോൽഭരണികൾ.

ഉയിരിന്നിമ്പം നമ്മ,ൾക്കിനിയുത്സവം, മുത്താ-
ണുതിരുന്നതെമ്പാടും, നറുമുന്തിരിച്ചാറും;

കുടിക്കു മനംവെന്ത മർത്ത്യരേ,യജങ്ങളേ,
പടയ്ക്കു മുമ്പൻ സുൽത്താൻ, പരമൗദാര്യത്തിലും.

പടിഞ്ഞാറെങ്ങോ തല കൊയ്തു കുന്നുകൂട്ടുന്നു.[1]
പൈമ്പാലും പനിനീരും കിഴക്കു വർഷിക്കുന്നു.

ഹാ തമാഷിതൊക്കെയും മൂപ്പർക്കു, തമ്പീനൃത്ത-
ഗീതരമ്യമാം തമ്പിലത്താഴമുണ്ണുന്നേരം

വെടിയാതൊപ്പംകൂടും മന്ത്രിമാർ കഥിക്കുന്ന
വെടിയാൽ സുൽത്താൻ പൊട്ടിച്ചിരിക്കും ചിരി കേൾപ്പൂ!

ഉൾത്തടം കുളിരുന്നു
കൈ നിറയുന്നൂ മുതു-
മുത്തനാം പഞ്ഞത്തിനെ
മുക്കിയാഴ്ത്തുന്നൂ ഞങ്ങൾ.

എങ്കിലും വാരിക്കോരിത്തരുന്ന സുൽത്താനേ, ഞാൻ
സങ്കടമുണർത്തട്ടേ, പണ്ടിതേവഴി പോകെ,

ഞങ്ങൾതൻ പ്രിയപ്പെട്ട കവി[2]യെക്കവർന്നീലേ[3]-
യങ്ങു, താരുണ്യോദാരസൗരഭം പകർന്നോനെ,

പിച്ചകപ്പൂപോലശ്രു കവിളിൽ തോരാത്തോനെ,
സ്വച്ഛമാം പൂന്തേൻ നീണ്ട കഴുത്തിൽ നിറഞ്ഞോനെ

അനുരാഗത്തിൻ കിനാവാണ്ട തൂമിഴിയിലേ-
തജപാലബാലയും മുകരാൻ കൊതിച്ചോനെ,

സൗമ്യനെ,ക്കൃശാംഗനെ,പ്പേലവനിലാവിന്റെ
സൗഹൃദം ശീലിച്ചോനെ, ത്താരകൾതൻ തോഴനെ?

ഏതിലും മികച്ചതു നീ ഹരിച്ചിടുമെന്നോ
നീതി? നിൻ വിനോദത്തിൻ രീതിയെത്രയും ക്രൂരം!

---

1. അസ്തമയാഭയിൽ മേഘങ്ങളുടെ അടുക്കുകൾ.
2. ചങ്ങമ്പുഴ; ഒരു കാലവർഷാരംഭത്തിൽ അന്തരിച്ചു (1948 ജൂൺ 17-ാം തീയതി)
3. ഏറ്റവും പ്രഗല്ഭരായ കവികളേയും ശാസ്ത്രജ്ഞരേയും മറ്റും അപഹരിച്ചു കൊണ്ടു പോവുക അക്രമികളായ സുൽത്താന്മാരുടെ പതിവായിരുന്നു വല്ലോ.

പീലിയിൽത്താരങ്ങളെബ്ബന്ധിക്കും മരതക-
നീലമാം മായൂരസിംഹാസനമേറി പ്രൗഢം

അവിടെക്കൂടാരത്തിലിരുന്നു നീ ഞങ്ങൾക്കാ-
യവിരാമമായ് വെള്ളിത്തുട്ടുകൾ വർഷിക്കുമ്പോൾ

അവതൻ സ്വരധാരയൂടെ ഞാൻ കേൾപ്പൂ നിന്റെ-
യരികിൽ ഗാനംചെയ്യും കവിതൻ കളനാദം!

ദുഃഖിതരത്രേ ഞങ്ങളിത്തിമിർപ്പിലും, മന്തഃ-
ശുഷ്കത മാറ്റും ധാര നീയപഹരിച്ചല്ലോ!

(6-4-1966)

■

സാവിത്രി

ചുണ്ടുമെൻ നാവും വിരിയാത്തനാ, ളവളെ ഞാൻ
കണ്ടുമുട്ടിനേൻ, പ്രാണസഖിയാം സാവിത്രിയെ,

വെറ്റില മണക്കുന്ന കൈകളാൽ തോളത്തെന്നെ
വച്ചു ചേർത്തച്ഛൻ വീട്ടുകോലായിലുലാത്തുമ്പോൾ

താൻ മൂഴമുന്തും കണ്ഠം മൊഴിഞ്ഞ പുരാണത്തി-
ലെൻമനം വിഹരിക്കെ, ക്കണ്ടു ഞാൻ സവിസ്മയം

ശുക്രതാരകപോലെ മൃത്യുവിന്നിരുൾക്കെട്ടിൽ
പൊല്ക്കതിർ തൂകും ധർമ്മധീരയാം സാവിത്രിയെ.

അവളെ മറന്നേൻ ഞാൻ, പാഠശാലയിൽ നേടു-
മറിവിൽ, പ്രകൃതിതൻ ഗ്രാമീണവിലാസത്തിൽ.

പുത്തിലഞ്ഞിപ്പൂ താവും നടക്കാവുക, ളല്ലിൽ
ചിത്രനക്ഷത്രപ്പൂക്കൾ ചിന്നിടുമാകാശവും

രാവിലേ ചൂണ്ടും കാലും ചുവന്ന വെളിച്ചത്തിൻ
പ്രാവുകൾ പറന്നെത്തിത്തത്തിടും തൂമുറ്റവും

ആയിരം നെയ്യാമ്പൽപ്പൂ വിരിയും പാടങ്ങളു,-
മാതിരനിലാവിന്റെ ഗന്ധർവപ്രപഞ്ചവും

മറ്റൊരു കടൽപോലെ വേനലിൽ കടൽക്കാറ്റേ-
റ്റുത്തരംഗമായ് പട്ടയുലയും തെങ്ങിൻതോപ്പും

കാളിടും വെയിലത്തു പരന്ന വയൽകളിൽ
കാള പൂട്ടുന്നോരുടെ മുഴങ്ങും വിളികളും

കണ്ണുകൾക്കവിശ്വാസം തേകിടുമാശ്ചര്യമായ്
പൊന്നുരുക്കീടും കണിക്കൊന്നപ്പൂമരങ്ങളും

ഓരുവെള്ളത്തിൽ തോണി കുത്തുമ്പോ, ഴിരുട്ടത്തു
താരകപ്പൊടിപോലെ ചിതറും കണങ്ങളും

വാസന പിടി, ച്ചല്ലിൽ തേടിടും തേൻമാമ്പഴം
വായയിൽ ചുരത്തുന്ന വന്യമാം മാധുര്യവും

കൂട്ടിലെ മുട്ടയ്ക്കു ചൂടൂട്ടി, വാതിൽക്കൽ കൊക്കു
നീട്ടി വാണീടും കൂരിയാറ്റതൻ തപസ്യയും

ഇടവക്കാറിന്നിന്ദ്രനീലവു, മിരുൾകീറു-
മിടിമിന്നലിൽ പെയ്ത്തിൻ വെള്ളിനൂലിഴകളും

ഒരു മൂലയായ്, പൂരം കാണാത്തൊരെൻഗ്രാമത്തി-
ലിരുമൂന്നൃതുക്കൾതന്നുത്സവം കാട്ടിത്തന്നു.

ഈച്ചകൾ തേൻപോ, ലെന്റെയിന്ദ്രിയങ്ങളക്കാലം
വാച്ചൊരു സമ്പത്തല്ലോ കരളിൽ സ്വരൂപിച്ചു.

ഉജ്ജ്വലവ്യക്തിത്വങ്ങൾ തിളങ്ങുംഗ്രന്ഥങ്ങളു,-
മുൽഫുല്ലപ്രകൃതിതന്നുടജാരാമങ്ങളും

നോക്കി രോമാഞ്ചംകൊൾകെക്കണ്ടു ഞാനെൻ ചേതസ്സിൽ[1]
ദീർഘമാം കണ്ണിൽ ദുഃഖം കാത്തിടും സാവിത്രിയെ.

എപ്പൊഴും കണ്ണാടിയി, ലവളെ വെളിയട-
യ്ക്കപ്പുറം കണ്ടെത്താനോ, നോക്കി ഞാ, നാത്മാരാമൻ?

അവളെക്കേൾപ്പിക്കാനോ, പൊൻ കിനാവുകൾ മീട്ടി-
യവിദഗ്ധമായാദ്യകവനം രചിച്ചു ഞാൻ?

കളിയാക്കിനാർ തോഴർ, "പുസ്തകപ്പുഴുവിപ്പോൾ
കവിയായ്, പൂമ്പാറ്റയായ്, ചിറകുവിരിച്ചല്ലോ."

പെൺകിടാങ്ങളും വന്നു കെഞ്ചിനാർ, "പദ്യം നന്നായ്
ഞങ്ങളെക്കുറിച്ചോരോന്നുണ്ടാക്കിത്തരില്ലയോ?"

പാതി നർമ്മമായ്, പാതികാര്യമായ്, സഗൗരവം
ചോദിച്ചേൻ, "സാവിത്രിയെന്നുള്ള പേരാർക്കാണിതിൽ?"

"ഹാ രസം രസ"മെന്നു ചിന്തിച്ചാരവർ, "ഞങ്ങ-
ളാരുമേ സാവിത്രിയ, ല്ലെന്തൊരു പഴഞ്ചൻപേര്!"

"എങ്കിലോ നിങ്ങൾക്കല്ലെൻ പഴഞ്ചൻ കവനങ്ങൾ"
എന്നു ഞാൻ കൺകൂർപ്പിക്കെ, ക്കനപ്പിച്ചവർ പോയാർ.

1. എന്റെ മനസ്സിന്റെ ഒരംശമായിത്തീർന്നു സാവിത്രി.

ശോകമൂകനായച്ഛനക്കാലത്തിറങ്ങിപ്പോയ്
സ്വീകരിച്ചിതെന്നമ്മ മറ്റൊരുത്തനെ ക്രമാൽ

മെല്ലെ ഞാൻ കലാലയം വിട്ടു പോന്നീടും തവ്വിൽ
പുല്ലുകൾപോലും ചൂണ്ടിപ്പുച്ഛിച്ചു കുഴയവേ

പഴവുമുപ്പേരിയും തൻപരാതിയുമായി
വഴിയിൽ കാത്തേ നിന്നൂ, വാത്സല്യനീതൻ, താതൻ.

ഇരിക്കേണമോ മരിക്കേണമോ!" പഠിക്കുമീ-
വരിക്കെന്തെന്തുത്തരമെന്നു ഞാനുഴലവേ[2]

കണ്ണുനീരൊട്ടും തലയണചേർന്നൊരു രാവി-
ലൊന്നു ഞാൻ മയങ്ങുമ്പോ, ഴാരിതു, സാവിത്രിയോ?

"തകരായ്കയി ചിത്തം, നീണ്ട സംസ്കാരത്തിലും
മൃഗവാസനകളീ മർത്ത്യരെബ്ഭരിക്കുന്നു.

വിധി കൽപ്പിച്ചീടായ്ക, മാതൃവാത്സല്യത്തിന്റെ
നിധി നിന്ദിച്ചീടായ്ക, പൊറുത്താലുമിദ്ദുഃഖം."

കേണു ഞാൻ, "മൃഗമനസ്സെത്ര നിർമ്മലം, മർത്ത്യ-
നാണു വൃത്തികേടുള്ളിൽ, നാട്യവും പഴഞ്ചൊല്ലും."

ശിലപോൽ, മൃതിപോലെ, വൈരാഗ്യം, താരുണ്യത്തിൻ
വിളികോലുമെന്നുള്ളിൽ ഭാരിച്ചു കിടന്നാലും,[3]

ഭിക്ഷുതൻ സ്വാതന്ത്ര്യത്തെബ്ഭജിക്കും തീർത്ഥാടന-
നിഷ്ഠനാം ബൈരാഗിതൻ ഗാനം ഞാൻ കൊരുത്താലും,

അവൾ വന്നിതു വീണ്ടും പാഷാണം പിള, ർന്നെന്നു-
ള്ളറയിൽ ജീവോന്മേഷവീചികൾ ചലിപ്പിപ്പാൻ.

വല്ക്കലമുടുത്താലും ശുഭദർശിനിയവൾ,
നിഷ്കളങ്കമാ മന്ദസ്മിതംപോൽ മറ്റൊന്നുണ്ടോ?

---

2. കലാലയത്തിൽ കവിക്കു പഠിക്കാണ്ടായിരുന്ന 'ഹാംലറ്റ്'നാടകത്തിലെ വരി: "To be or not to be, that's the question" ഹാംലറ്റിന്റെ സ്ഥിതിയാണ് കവിയുടേതും.

3. 'മൃത്യുശ്ച' എന്ന പേരിൽ യൗവനത്തിൽ ഞാനെഴുതിയ കവിത (മാതൃഭൂമി ആഴ്ചപ്പതിപ്പ് 1936)

ഉഷസ്സിൻ വാനംപോലെയത്രയും പവിത്രമായ്
ലസിച്ചു വിളർപ്പേലും തന്നോമൽകപോലങ്ങൾ

ചെറുഭാവനകളെ നെയ്തു ഞാൻ പാടീടിനേൻ
ഒരു മാതാവിൻ സ്നേഹ[4]മൊരു മങ്കതൻ ത്യാഗം,[5]

ഇരവിൽ കേൾക്കും തേക്കുപാട്ടിന്റെ ദൈന്യം,[6] മദ-
മിളകും മാതംഗത്തിൻ സ്വപ്നത്തിൻ ദുരന്തവും[7]

അറിയപ്പെട്ടേൻ കർമ്മവീരത്തിൻ കവിയായ് ഞാൻ
കരളിൽച്ചൊന്നേനവളോ, ടിതു നിന്റേതല്ലോ.

അത്രമേലെനിക്കില്ലിജ്ജീവിതത്തിനെച്ചൊല്ലി-
യുത്തമവിശ്വാസമെന്നറിവോളല്ലി നീ?

ഉണ്ണിവായിനാൽ മുലകുടിക്കെ, യുൾക്കൊണ്ടോരു
ചെന്നിനായകത്തിൻ കയ്പെന്നുള്ളിൽ കിളമ്പുന്നു.[8]

ഒരുമിച്ചോണപ്പൂക്കളിട്ട സോദരർ, മനം
മരവി, ച്ചോരോ പൊള്ളവാക്കുകൾ തമ്മിൽ ചൊൽവൂ.

ഒരുമിച്ചൊരു ബഞ്ചിൽ പഠിച്ചോ, നുദ്യോഗത്തിൻ
വിരുതിൽ, കണ്ടാൽ തലചെരിച്ചു നടക്കുന്നു.

ഒരു കട്ടിലിൽ പെണ്ണോ, നാഥനോ, താൻ കാമിക്കു-
മുരുവെ സ്വപ്നംകണ്ടു പയ്യാരം പുലമ്പുന്നു.

തൻസ്വാർത്ഥം, ഗൃഹസ്വാർത്ഥം, വർഗ്ഗീയസ്വാർത്ഥം, രാഷ്ട്ര-
വൻസ്വാർത്ഥം,സുഖതൃഷ്ണാ സാർത്ഥവാഹസംഘങ്ങൾ!

ഇവരെ സ്നേഹിച്ചീടൂ, മിവരെസ്സേവിച്ചീടും,
കവിയേ, തുന്മാദിയോ, മൂഢനോ, തിരുടനോ?

നേർകണ്ട നിർവേദത്താൽ മുക്തിയെക്കീർത്തിച്ചോരു
പേർകൊണ്ട പെരിയോർതൻ പിന്നാലെയാണെൻ സ്ഥാനം.

---

4. മാമ്പഴം
5. ത്യാഗോപഹാരം
6. പടയാളികൾ
7. സഹ്യന്റെ മകൻ
8. കുട്ടിയുടെ മുലകുടി നിർത്താൻ അമ്മ മുലയിൽ കയ്പേറിയ ചെന്നിനായകം തേച്ചതു രുചിച്ചതിന്റെ ഓർമ്മ.

തെളിനെറ്റിയിൽ കൂട്ടുപുരികം വിചാരത്താൽ
ചുളിയെ, കണ്ണിൽ ദൂരലക്ഷ്യമാം നോട്ടത്തോടെ,

"സത്യമാണിത്," ചൊന്നാൾ സാവിത്രി, "നിയതിതൻ
ശുദ്ധവാസനകൾ സമ്മർദ്ദത്താൽ, നിരോധത്താൽ,

വൈകൃതങ്ങളായ്, രോഗംപെട്ടവരത്രേ മർത്ത്യർ
വൈകൃതം രോഗം, ലോകവൈരാഗ്യം മൃതിയല്ലോ.

വെറുക്കാതിരിക്ക നാം രുഗ്ണരെ,യൻപാൽ പരി-
ചരിക്കാൻ ശ്രമിക്കുക, ധീരസങ്കല്പങ്ങളാൽ,

പഥ്യമാം വാക്കാൽ, ആത്മസ്പർശിയാം ഭാവങ്ങളാൽ,
ഹൃദ്യമാം സംഗീതത്താൽ, സത്യത്തിൻ മരുന്നാലും.

അകമേ പരിണാമം വരുത്തീ, സ്വാസ്ഥ്യം നരർ-
ക്കരുളാൻ കവിതപോൽ മറ്റുണ്ടോ ശുശ്രൂഷിക?

ചെറുക്കാതിരിക്കലല്ലിതു, താൻ ഭർത്താവായി
വരിച്ച തുണയറ്റ മനുഷ്യലോകത്തിനെ

യമലോകത്തിൽപ്പോലും ചെന്നു, മൃത്യുവിൽനിന്നും
ക്ഷമയോടെതിർത്തു വാഗ്ദേവി വീണ്ടെടുക്കുന്നു.

അസ്തനാം സവിതാവെപ്പിൻതുടർന്നെത്തി, സ്സന്ധ്യ
പുത്തനാം പകലിലേക്കാനയിച്ചീടുംപോലെ."

പലതും വന്നൂ വേളിക്കാര്യമെന്നാലും തെല്ലും
ഫലമുണ്ടായീല, ഞാനുറച്ചു നിരൂപിച്ചു.

ഈ വധുക്കളിലെന്റെയമ്മയെക്കാണുന്നു ഞാൻ,
ആവതില്ലെനിക്കേതുമന്യഥാ ചിന്തിക്കുവാൻ!

ചൊല്ലിനേൻ, "സപത്നിയെസ്സഹിക്കാത്തൊരുവളു-
ണ്ടുള്ളിൽ മേ, 'കവിതയോ?', 'കവിത'യെന്നും ചൊല്ലാം."

മഞ്ഞുകാലത്തിൽ പൈനിൻ വെണ്മലരുതിരുന്ന
മണ്ണിടവഴിയിൽ പൂമാല കോർപ്പതായ് കണ്ടേൻ

ഒരു പാവമാം ഗ്രാമകന്യകയെ, ത്തലോടിനേൻ
നിരയായെല്ലുന്തുമാ നതമാം മുതുകിൽ ഞാൻ

നിവരും പീലിക്കണ്ണാലെൻമുഖം നോക്കി, വ്രീളാ-
വിവശം ചിരിയോ, ടാപ്പൂമാലയെനിക്കേകി

ഇളമാൻപിടപോലെയോടിനാൾ, അകലത്തൊ-
ട്ടിട, ഞാൻ പോകുന്നതും നോക്കിയേ നിന്നാളവൾ.

അതുമാർഗ്ഗമായ് പിന്നെ ഞാനണവതും നോക്കി-
പ്പുതുമാലയുമായി നാൾതോറും കാത്തേ നിന്നാൾ.

നിർമ്മലസ്നേഹത്തിന്റെ പേലവമണം വിങ്ങു-
മ, മ്മലർമാല്യങ്ങളാൽ ബന്ധിച്ചാളവളെന്നെ.

വീട്ടിലേക്കവളെ ഞാൻ വിളിച്ചേൻ; വാത്സല്യച്ചോ-
റൂട്ടിനേൻ, കൊടുത്തേൻ പുസ്തകങ്ങൾ, വസ്ത്രങ്ങളും.

കേട്ടുനിന്നേൻ ഞാൻ കൊതിതീരാതെ, നാടൻവീണ
മീട്ടിടുംപോലാക്കണ്ഠം മൊഴിഞ്ഞ കിന്നാരങ്ങൾ.

കൊച്ചുകുഞ്ഞിനെപ്പോലെ, കൈവിരൽ മണിവായിൽ
വെ, ച്ചുമിനീരിൽച്ചോരുമവൾതൻ ചിരികാൺക,

നിരുപിക്കയുംചെയ്തേൻ, 'വളർത്തിയെടുപ്പേനി-
ക്കരുവിക്കിടാത്തിയെക്കൊച്ചുസുന്ദരിയായ് ഞാൻ.'

ഉൾപ്രിയമേറി സ്വന്തം ശില്പത്തെ പ്രേമിച്ചോരു
ശില്പിയായ്ച്ചമഞ്ഞോ ഞാൻ, തന്നത്താനറിയാതെ![9]

വേലിതൻ പഴുതുക, ളെമ്പാടുമൊളിച്ചുനി-
ന്നാളുകൾ നോക്കും തീക്ഷ്ണദൃഷ്ടികളായ്ത്തീരുന്നു.

അന്തരീക്ഷത്തിൻ സ്തബ്ധമൂകത, പിന്നെപ്പിന്നെ-
പ്പൊന്തിവന്നീടും കൊടുങ്കാറ്റിനെക്കുറിക്കുന്നു.

അവളും വരാതെയായ്, ഏകാന്തയാമങ്ങളിൽ
എവിടുന്നാണീത്തേങ്ങൽ? എന്റെ ചിന്തയിൽനിന്നോ?

ഇലകളുടെ മൃദുമർമ്മരം, വേരോടെന്റെ
നിലതെറ്റിപ്പോരപവാദമായിരമ്പുന്നു.

---

9. പുരാതന യവനകഥ

തോഴരേ, ഭവാന്മാരുമെങ്ങുപോയ്, നർമ്മോല്ലാസ-
ലോലരേ, കരടിയെക്കണ്ടു പേടിച്ചോ നിങ്ങൾ?[10]

"കവിയല്ലിവൻ, വിടൻ, കല്ലെറിയുക", കേൾക്കായ്,
"ഇവിടെച്ചെലവാകി, ല്ലിക്കണ്ണിമാങ്ങാപ്രേമം."

എന്നമ്മപോലും നീട്ടി കൊള്ളിവാക്കുകൾ, കേണേൻ,
"എ, ന്തെന്നെ വെടിഞ്ഞുവോ കഷ്ടമെൻ സാവിത്രിയും?"

അവൾതന്നാലാപങ്ങളെന്നോ ഞാൻ മറന്നുപോയ്,
അവശം നടന്നേൻ ഞാനന്തിചാഞ്ഞീടുംനേരം.

ജീർണ്ണമാം ക്ഷേത്രത്തിന്റെ പറമ്പി, ലിലയൂരി-
ത്തീർന്നതാം പിലാവിന്റെ കൊമ്പിൽനിന്നിറങ്ങീ ഞാൻ

ചുറ്റുന്നൂ തല, കേൾക്കായ് സാവിത്രിയുടെ ശബ്ദം
"ചെറ്റെന്റെ മടിത്തട്ടിൽ ചാഞ്ഞു വിശ്രമിച്ചാലും."

"നിൻ മുടിയഴിഞ്ഞെന്തേ കിടപ്പാൻ സാവിത്രി, നിൻ
പൊൻമുഖത്തെന്തേ വേർപ്പുമുത്തുകൾ നിറയുവാൻ?

സുഖമില്ലെനിക്കൊട്ടു, മെന്റെ ശബ്ദവുംകൂടി-
യകലത്തെങ്ങോപോലെ, യിത്തിരി കിടക്കാം ഞാൻ.

തുറന്നേൻ മിഴി, യെത്രനേരമായ്? ഇരുൾതിങ്ങി-
പ്പരന്നുവല്ലോ, ദീർഘം ശ്വസിപ്പൂ, സാവിത്രിയോ?,

ഓതിനേൻ, "ഉറങ്ങിപ്പോയല്ലി ഞാൻ? സ്വപ്നം കണ്ടേൻ
ഭീതിദമൊരു രൂപം, അസിതം, മഹോന്നതം,

കുടുക്കിട്ടൊരു കയർ വീശി, യെൻ ഗളനാള-
മുടക്കി വലിക്കുന്നൂ, നീയഴിക്കുന്നു പേർത്തും

മൂകമായവൾ ചൂണ്ടീ, നഗ്നമാം പിലാവിന്റെ
ശാഖയിൽ കുരുക്കോടേ ഞാനൊരുക്കിയ പാശം.

"പോക നാം." അവൾ വെമ്പീ, "പോക നാം, ഭവാനെന്റെ
ദേഹപാർശ്വത്തിൽ ചാരൂ, താങ്ങി ഞാൻ നടന്നോളാം."

---

10. ഹിതോപദേശകഥ: രണ്ടു കൂട്ടുകാരും കരടിയും. അപവാദമാകുന്ന കരടി.

ആകുലമവളിൽച്ചാ,ഞ്ഞടിവ,ച്ചടിവച്ചു
പോകെ,യെന്തിതു?പേടിച്ചരണ്ടവിധം, ലോകം!

ഓരികൂട്ടുന്നൂ മേന്മേൽ നായ്ക്കളോ ചെന്നായ്ക്കളോ?
ദൂരെയാളുന്നൂ കത്തും ചിതയോ, കാട്ടിൽ തീയോ?

കാൽകളിൽ വേരോ പാമ്പോ? വീട്ടിലെത്തിനേൻ, കാത്തു–
വാഴ്കയാം വിളക്കും പെറ്റമ്മയും മറ്റുള്ളോരും.

ചെരിഞ്ഞേൻ കോലായിൽ ഞാൻ, എന്നെ വീയുന്നൂ തെന്നൽ-
ക്കുരുന്നോ, പരിചരണോദ്യതരയല്ക്കാരോ?

മൃദുവായ് പിന്നെച്ചൊന്നേനവളോടേകാന്തത്തിൽ,
"മൃതനാണു ഞാൻ, കാണ്മൂ മൃത്യുവിൻകിനാവുകൾ."

ചിരിച്ചു സാവിത്രി, "യന്തരിക്കില്ലേവം ഭവാൻ,
പിറക്കും നമുക്കു നൂറൂണ്ണികൾ കവിതകൾ.

സ്ഥിരചിത്തത്തിൽ സത്യദർശനം സിദ്ധിക്കുകിൽ
തിരിയേ ലഭിക്കുന്നൂ പൊയ്പോയ വീടും നാടും."

■

ചീവീടുകളുടെ പാട്ട്[1]

കർണ്ണശൂലമോ? പാടുന്നു പക്ഷേ,
മണ്ണിൽനിന്നു ചീവീടുകൾ നീളേ:

"വെന്നു നീ തൊഴിലാളി, പുലർന്നു
നിന്നുദാരമാം ശ്രാവണമാസം[2]

പേച്ചെഴുതിയതൊക്കെയും[3] മണ്ണിൽ
മായിച്ചെഴുതീ നവയുഗഹസ്തം

ക്രൂരദാരുണഭാഷയിൽ, കർമ്മ-
ധീരകേവലമർത്ത്യചരിത്രം!

നിന്നിതെ,ങ്കിലും മാനികൾ ഞങ്ങൾ
മന്ദിരങ്ങളിൽ വാണിരുന്നപ്പോൾ

ദുർല്ലഭോൽകൃഷ്ടമാത്രകൾ വന്നു
മെല്ലെ ഞങ്ങളെയുമ്മവെച്ചപ്പോൾ

ഭവ്യമായൊരു ജീവിതം, ഏതോ
ദിവ്യമാം മുഖം, ദീനമാം ഗാനം,

ആകെ ഞങ്ങൾ തന്നന്തരംഗത്തെ
സ്നേഹമാക്കി ദ്രവീകരിച്ചപ്പോൾ,

വെമ്പി ഞങ്ങളീ ലോകം സമത്വ-
പ്പൊൻവനിയായ് പുനർവിരചിപ്പാൻ

സ്വപ്നമോ? രാക്കിനാവുകളല്ലീ
സുപ്രഭാതത്തിൻ പൂവുകളെല്ലാം?[4]

---

1. കുടിയൊഴിക്കൽ - ഏഴാം ഖണ്ഡം
2. ചിങ്ങം.
3. പലരുടെ മേൽ ചിലരുടെ അധീശാവകാശത്തിന്റെ അടിസ്ഥാനത്തിൽ പണ്ടുണ്ടായിരുന്ന സ്ഥാപനങ്ങളെല്ലാം ഈ മണ്ണിൽ എഴുതപ്പെട്ട പേച്ചുകളായിരുന്നു.
4. നിവൃത്തിനിമിഷങ്ങളിലെ സ്വപ്നങ്ങളാണല്ലോ പ്രവൃത്തിയാമങ്ങളിലെ യാഥാർത്ഥ്യങ്ങളായിത്തീരുന്നത്.

ഉജ്ജ്വലനിമേഷത്തിലെ ഹൃത്തിൻ
ദർശനങ്ങളൊക്കെ പകർത്തീടിൽ

ശുദ്ധമാക്കിടാമൂഴിയെയൊറ്റ-
ശ്ശുഭ്രപുഷ്പത്തിൻ നീഹാരനീരാൽ;

പാരിൽ വെട്ടം വിതച്ചിടാ, മേക-
താരകത്തിൽനിന്നേന്തിയ തീയാൽ.

മർത്ത്യസൗന്ദര്യബോധങ്ങൾ പെറ്റ
മക്കളല്ലീ പുരോഗമനങ്ങൾ![5]

ലോലകോമളഭാവനയൂടേ
കാലകാഹളം കേട്ടിതു ഞങ്ങൾ.

'വിശ്വസംസ്ക്കാരപാലകരാകും
വിജ്ഞരേ, യുഗം വെല്ലുവിളിപ്പൂ;

ആകുമോ ഭവാന്മാർക്കു നികത്താൻ
ലോകസാമൂഹ്യദുർന്നിയമങ്ങൾ,

സ്നേഹസുന്ദരപാതയിലൂടേ?
വേഗമാവട്ടെ, വേഗമാവട്ടെ!'

ആക്കിനാവുമാഹ്വാനവും തുച്ഛ-
മാക്കി ഞങ്ങളലസമായ് വാഴ്കെ.

കാറ്റുപോലെയലഞ്ഞുപോൽ, കൈകാൽ
നീട്ടുവാനിടം മന്നിലില്ലാത്തോർ.

കുന്നുകൂടിപോൽ നായ്നരികൾക്കു
തിന്നുവാനുമിറച്ചിയില്ലാത്തോർ.

പെറ്റുപോൽ മാതർ,[6] കൊറ്റിനു ദേഹം
വി,റ്റനേകരോഗാവമാനങ്ങൾ.

മൊട്ടിലേ മുരടിച്ചുപോയ് കൊച്ചർ
അഷ്ടികിട്ടാ,തറിവു കിട്ടാതെ.

5. സൗന്ദര്യബോധമാണ് പുരോഗതിക്കു കുതി നൽകുന്നത്. സമുദായത്തിലും, എവിടേയും, അസുന്ദരമായതിനെ കണ്ടറിഞ്ഞ് അതിനെ നീക്കി സുന്ദരമായതിനെ നിർമ്മിക്കാനോ പ്രതിഷ്ഠിക്കാനോ ആണ് പുരോഗാമി ഉത്സാഹിക്കുന്നത്.

6. സ്ത്രീകൾ.

സുസ്ഥിതിസുഖം, മദ്യമിയറ്റും
വിസ്മൃതിയില്‍ തിരഞ്ഞുപോല്‍ ദൂനര്‍[7]

സൊല്ലയാല്‍ ഞങ്ങളിക്കടുംകെട്ടു
മെല്ലെമെല്ലെയഴിക്കുവാന്‍ നോക്കി;

ചെറ്റഴിക്കവേ,യെന്തുപബോധ-
വൃത്തിയോ, പിണച്ചേറെ മുറുക്കി![8]

മുട്ടിയ നിങ്ങളിസ്സമുദായ-
ക്കെട്ടറുത്തുപോലൊറ്റ വെട്ടാലേ[9]

താണു നാമാദിമാനുഷരോളം;[10]
വീണു ഞങ്ങള്‍, ഹാ വെന്നിതു നിങ്ങള്‍

കുറ്റമാര്‍ക്കിതില്‍? പോംവഴി, പക്ഷേ,
മറ്റൊരു വിധമായിരുന്നെങ്കില്‍!

മര്‍ത്ത്യലോകമഹിമ പുലര്‍ത്താന്‍
പറ്റിയ വിധമായിരുന്നെങ്കില്‍!

നന്നു, നിങ്ങളുയര്‍ന്നിതു വീണ്ടും
നവ്യലോകവ്യവസ്ഥിതി തീര്‍പ്പാന്‍

ഉച്ചനീചത്വമ,റ്റഭിമാന-
മുച്ഛ്വസിക്കുമുരുക്കുമനുഷ്യര്‍

സംഘടിക്കേ, പ്രകൃതിതന്‍ നാനാ-
സമ്പദോഘങ്ങള്‍ ചൂഷണം ചെയ്കേ,

ആ വഴിത്താരതന്നിരുവക്കി-
ലാകെ വിസ്മൃതി മൂടിയ മണ്ണില്‍

---

7. സമ്പുഷ്ടമായ ഒരു ജീവിതത്തില്‍നിന്നു കിട്ടേണ്ടതായ സുഖമന്വേഷിച്ച് അവശരായ പലരും അവസാനം ചെന്നെത്തിയത് മദ്യകുംഭത്തിലേക്കാണ്.

8. ഇഷ്ടമില്ലാത്തതു ചെയ്യുമ്പോള്‍ പിണച്ചില്‍പറ്റുന്നത് ഉപബോധമനസ്സിന്റെ പ്രതിഷേധം കൊണ്ടായിരിക്കണമെന്ന് മനോവിജ്ഞാനീയം ഘോഷിക്കുന്നു.

9. ദീര്‍ഘകാലമായി ആളുകള്‍ സര്‍വ്വബുദ്ധിയുമുപയോഗിച്ചു ശ്രമിച്ചിട്ടും അഴിക്കുവാന്‍ സാധിക്കാതിരുന്ന "ഗോര്‍ഡിയന്‍ നോട്ട്" എന്ന കടുംകെട്ട് മഹാനായ അലക്സാണ്ടര്‍ വാള്‍ കൊണ്ടു വെട്ടിയഴിച്ചു.

10. അന്യോന്യഹിംസകൊണ്ട് ഒരു വിഷമപ്രശ്നത്തിനു പരിഹാരം കാണുന്നത് അപരിഷ്കൃതരായ ആദിമനുഷ്യര്‍ക്കു ചേര്‍ന്നതാണെന്നു ഭാവം.

ഉല്ലസിക്കുന്നു, വെയ്‌ലാലിരട്ടി
വെള്ളപൂശിയ വാസഗേഹങ്ങൾ;

തത്ത പാടുന്ന പാടങ്ങൾ, യന്ത്ര-
ശക്തി പെ,റ്റലറീടു[11]മിടങ്ങൾ;

മർത്ത്യമാനസസ്പന്ദനതാളം
വിസ്തരിക്കും കലാനിലയങ്ങൾ;

നിസ്വമല്ലാത്ത ശക്തി[12]യിൽച്ചേർന്നു
സുസ്വതന്ത്രമാം ചാരുത[13]യെങ്ങും.

ഭാവിഭാഗ്യക്കുരുന്നുകളേന്തും
ജീവിതത്തിൻ വിശാലവാടത്തിൽ

വത്സലനിഴലാർന്നു വാർദ്ധക്യം
വിശ്രമിക്കുന്ന പൂങ്കാവനങ്ങൾ.

ഇന്നു,മെങ്കിലും പാടുന്നു, നീളേ
മണ്ണിൽനിന്നു മണ്ണട്ടകൾ ഞങ്ങൾ.

സ്ഫീത'മിന്നി'ന്റെ രംഗത്തിലെങ്ങും
ഭൂതകാലപശ്ചാത്തലഗീതം!

ചോരമണ്ണിലീ ഞങ്ങൾതൻ സ്നേഹ-
നീരുറവകൾ നിന്നു തുള്ളട്ടെ!

(ദ്രോഹദക്ഷ[14]രാം ഞങ്ങളെയാർത്ത-
വ്യൂഹശക്തികളല്ല ജയിച്ചൂ;

ആദ്യമുള്ളിൽ വന്നൊറ്റിക്കൊടുത്താൾ
ആർദ്രത!-ഞങ്ങളായുധം വച്ചു.

ജീവിതത്തെയെ?ന്തീ മൃതിയേയും
ദേവിയാർദ്രതയല്ലീ ഭരിപ്പൂ?

---

11. ഓരോ വിഭവങ്ങളെ ഉത്ഭവിപ്പിച്ചുകൊണ്ട് യന്ത്രശക്തി, പ്രസവിച്ച സിംഹിപോലെ, അമറുന്ന സ്ഥലങ്ങൾ.
12. ദരിദ്രനല്ലാത്ത പുരുഷൻ.
13. സ്വതന്ത്രയായ സ്ത്രീ.
14. ദക്ഷയാഗകഥ ഓർമ്മിക്കുക.

ഉറ്റപൈതൃകമായൊരിപ്പാരി-
ലൊറ്റ മാനുഷൻ മാഴ്കിടുംകാലം

നിദ്രചെയ്‌വീല നിത്യശാന്തിക്കായ്
മൃത്യുവിൻ മടി പൂകിയോരാരും!)

അങ്ങു മർത്ത്യപുരോഗതിയറ്റ-
ത്തല്ലി ഞങ്ങൾതന്നന്ത്യനിർവ്വാണം!

മർദ്ദകനിണസ്വാദിനെയോർക്കും
കത്തിയാലാത്മഹത്യചെയ്യാതെ[15]

പോക ഞങ്ങൾ കിനാവുകണ്ടോരാ
സ്നേഹമാർഗ്ഗംവഴിയിനി നിങ്ങൾ.

പോക ഭൗതികതൃപ്തിതൻ മദ്ധ്യ-
മേഖല[16]യിൽ മയങ്ങി മേവാതെ.

പോരുമിത്തിരി മെയ്യിന്; സർവ്വം
പോര, മാനുഷസത്ത പുലർത്താൻ.

കെട്ട ഞങ്ങൾതൻ കേവലസ്വപ്ന-
ക്കെട്ടെടുത്തു കയറുക നിങ്ങൾ.

കേവലം മൺതുരുമ്പിൽ കിടപ്പൂ
ദേവലോകം തുറന്നിടും താക്കോൽ.

പൂ വിടർത്തും പ്രകൃതി മനുഷ്യ-
പൂർണ്ണതയിൽ പുളകമേലട്ടേ!

മംഗളമാക, മർത്ത്യമഹത്ത്വ-
ശൃംഗകാമുകം താവകമാർഗ്ഗം!

■

---

15. വർഗ്ഗമത്സരം ശീലിച്ച് ആയുധമെടുത്തു ജയിച്ച നിങ്ങൾ ആ ശീലം പാലിച്ച് ആഭ്യന്തരകലഹത്തിലൂടെ അധഃപതിക്കാതിരിക്കട്ടെ.
16. മദ്ധ്യതലമെന്നും അരയിലെ അരഞ്ഞാണെന്നും.

അനുബന്ധം

ദേവത്വത്തിന്റെ ആഭരണം

വൈലോപ്പിള്ളി

എന്റെ ഗ്രാമം

എനിക്കേറ്റവും പരിചയപ്പെട്ട, പ്രിയപ്പെട്ട, നാട്ടിൻപുറത്തിരുന്നാണ് ഞാനിതു കുറിക്കുന്നത്. ഇളംവെയിലിൽ കുളിച്ചു നിൽക്കുന്ന നാട്ടിൻപുറം. ഇവിടെ വച്ചാണ് ഞാൻ എന്റെ കവിതകൾ മിക്കതും എഴുതിയിട്ടുള്ളത്. പകലല്ല, രാത്രിസമയത്ത്. പകൽ യുക്തിവാദത്തിന്റേയും രാത്രി കവിഭാവനയുടേയും കാലമാണെന്ന് എനിക്കു തോന്നാറുണ്ട്. ഈ ഗ്രാമത്തിൽ വച്ച് ഒരു വ്യാഴ വട്ടത്തിനു മുമ്പെഴുതിയവയിൽ പലതും നോട്ടക്കുറവുകൊണ്ടു നഷ്ട പ്പെട്ടുപോയി. വീണ്ടുകിട്ടിയവയിൽ രണ്ടുമൂന്നെണ്ണം ഈ പുസ്തകത്തിൽ ചേർത്തിട്ടുണ്ട്. ബാക്കി ഇതിലുള്ളതെല്ലാം നാല്പത്തേഴിലോ അതിനു ശേഷമോ പിറന്നവയാണ്.

ഞാൻ കേരളത്തിലൊരു നാട്ടിൻപുറത്തു ജനിച്ചു വളർന്നതാണ് എന്റെ കവിത യുടെ ഏറ്റവും വലിയ ഭാഗ്യം എന്നു തോന്നുന്നു. പുതിയ അറിവുകളുടെ വെളിച്ചത്തിൽ ഈ നാട്ടിൻപുറത്തെ സ്പർശിച്ചു ഞാൻ ഒരു കവിത യെഴുതിയിട്ടുണ്ട്. (ഈ പുസ്തകത്തിലെ 'എന്റെ ഗ്രാമം') പക്ഷേ, അന്ന്, ഇളംപ്രായത്തിൽ, ഞാൻ കണ്ട നാട്ടിൻപുറം നാൾതോറും നിറങ്ങളുടെയും നാദങ്ങളുടെയും ഗന്ധങ്ങളുടെയും നവംനവങ്ങളായ അത്ഭുതങ്ങൾ ഉദ്ഘാടനം ചെയ്യുന്ന, അമ്മയെപ്പോലെ സ്നേഹം നിറഞ്ഞ, ഒരു കൊച്ചു ലോകമായിരുന്നു. ഇന്നും അതിന്റെ മധുരസ്മരണകളാണ് എന്റെ കവിത യുടെ ഏറ്റവും ഈടുള്ള കൈമുതൽ. ഓരോ ഇലയ്ക്കും നിറത്തിന്റെ ഓരോ

---

* തന്റെ കാവ്യാഭിവീക്ഷണത്തെയും സാധനയെയുംകുറിച്ച് 'വിത്തും കൈക്കോട്ടും' എന്ന കൃതിയിൽ കവി എഴുതിയ നിബന്ധം.

സവിശേഷതയുണ്ട്; ഓരോ പക്ഷിക്കും ശബ്ദത്തിന്റെ സ്വരഭേദങ്ങളും. പച്ച നിറം, കളനാദം എന്നൊക്കെ പറഞ്ഞുപോയാൽ അവയോടു നീതി ചെയ്യലാവില്ല. ഗ്രാമപ്രകൃതിയോടു കൂറുറ്റ അകൃത്രിമരചനകൾ നമ്മുടെ ഭാഷയിൽ നന്നെ കുറവാണെന്നാണ് എന്റെ എപ്പോഴുമുള്ള പരാതി. എനിക്കാണെങ്കിൽ ഇതാ ഈ മുറ്റത്തു തത്തുന്ന കരിയിലാംപീച്ചിക്കുടുംബത്തെ (ചവറ്റില ക്കിളികളെ) സചേതനമായി കവിതയിലവതരിപ്പിക്കാൻ കഴിഞ്ഞാൽ ധന്യതയായി. എന്ന് സാധിക്കുമോ ആവോ! അവയെ അത്രകണ്ടു സ്നേഹിച്ചറിയാൻ സാധിച്ചാൽ മാത്രമേ അവ ഇണങ്ങി കവിതയായിത്തീരുകയുള്ളു.

എന്റെ ഗ്രാമം

കവിതയിൽ എന്നെ മുലപ്പാലൂട്ടിയതു വടക്കൻപാട്ടാണ്. അന്നെനിക്കു നാലഞ്ചു വയസ്സു കാണും. നിശ്ശബ്ദയാമത്തിൽ ഒരമ്മൂമ്മയുടെ മധുരകണ്ഠത്തിൽ നിന്നു വാർന്നുവീഴുന്ന ആ പാട്ടുകളുടെ ചന്തവും ചുണയുമുള്ള ഈണത്തിലലിഞ്ഞ്, പരമാനന്ദമനുഭവിച്ച്, പാതിരാവുവരെ ഞാൻ ഉറങ്ങാതെ കിടക്കാറുണ്ട്. ഇന്നും പുതുമഴക്കാലത്തു പാടത്തുനിന്ന് അതേ പാട്ടുകൾ പാടിക്കേൾക്കുമ്പോൾ ഞാൻ വീരാഹ്ലാദഭരിതനായി വഴിയരികിൽ നിന്നുപോകാറുണ്ട്. ആ വീരരസം പുനരാവിഷ്ക്കരിക്കുവാൻ ഇന്നത്തെ ചില പുരോഗമനകവികൾ ശ്രമിക്കുന്നുണ്ടെന്നു തോന്നുന്നു. ആ തെളിമലയാളമെങ്കിലും കവിതയിൽ പകർത്തുവാൻ ഞാനും, പലപ്പോഴും ഞാനറിയാതെ, ഉദ്യമിക്കാറുണ്ട്.

“പുളിയിലനേർകരമുണ്ടുമടക്കി-
പ്പൂവു നിറച്ചാളമ്മാളു”

(പെണ്ണും പുലിയും)

എന്നതാണ് എനിക്കിഷ്ടപ്പെട്ട ഭാഷാരീതി.

കവിതയുടെയും കഥയുടെയും പുതിയ ലോകങ്ങൾ!

വിദ്യാലയത്തിൽ പഠിക്കേണ്ടിവന്ന മലയാളകവിതകൾ അധികവും എന്നെ മുഷിപ്പിക്കയാണുണ്ടായത്. അന്നുമുതൽ എഴുത്തച്ഛനും നമ്പ്യാരും എനിക്കു വലിയ കാര്യമല്ലാതെയായി. എനിക്കു പത്തു വയസ്സുള്ളപ്പോൾ ഒരു മുതിർന്ന ചങ്ങാതി ചൊല്ലിക്കേൾപ്പിച്ച കുമാരസംഭവം തർജ്ജമ (ശിവന്റെ തപസ്സ്)

എന്റെ മുമ്പിൽ കവിതയുടെ ഒരു പുതിയ ലോകം തുറന്നിട്ടു. പിന്നീട് കേരള ശാകുന്തളം ഒരു കണ്ടുപിടിത്തമായിരുന്നു. ഹൈസ്ക്കൂൾ ക്ലാസ്സിൽവച്ചു കുമാരനാശാന്റെയും (അദ്ദേഹം ആയിടയ്ക്കാണ് അന്തരിച്ചത്.) വള്ളത്തോളിന്റെയും ഉള്ളൂരിന്റെയും കവിതകൾ കോരിക്കുടിച്ചു. വിമർശനപൗരുഷം വളർന്നിട്ടില്ലാത്ത കൗമാരത്തിൽ ഈ കവിതകളെല്ലാം എനിക്ക് എന്തൊരു ഹർഷവും ഹൃദയോൽക്കർഷവുമാണ് നൽകിയത്! എന്നാൽ ആത്മീയമായ അനുഭൂതി ഏറ്റവുമധികമുണ്ടായത്, ആശാന്റെ കവിതകളിൽനിന്നാണ്. ശരൽക്കാലപുഷ്പങ്ങളുടെ സൗമ്യതീവ്രസൗരഭങ്ങളെല്ലാം ഞാൻ അവയിൽനിന്നനുഭവിച്ചു. (എന്നാലും ആ വീണപൂവ് എനിക്കു പഥ്യമായില്ല.) ഞാനും കവിതയെഴുതി. പക്ഷേ, കുറേക്കാലത്തേക്കു കഥകളിലും നോവലുകളിലുമുള്ള ഭ്രമം കവനകൗതുകത്തെ തടഞ്ഞുനിർത്തി. അറബിക്കഥകളും പാരസീകകഥകളും (തർജ്ജമകൾ) ഐന്ദ്രജാലിക കംബളങ്ങൾ പോലെ എന്നെ പുതിയ ഭാവനാ മണ്ഡലങ്ങളിലേക്കെത്തിച്ചു. 'ആയിരത്തൊന്നു രാവുകൾ' (കന്നിക്കൊയ്ത്ത്) എന്ന കവിതയിൽ അതിന്റെ സ്മരണകൾ കാണാം. കഥകൾ വായിക്കുക മാത്രമല്ല, ഞാൻ സ്കൂളിൽനിന്നു മടങ്ങുന്ന വഴിക്ക് അവ സതീർത്ഥ്യർക്കു പറഞ്ഞുകൊടുക്കുകയും പതിവായിരുന്നു. 'കഥ പറയുന്ന കൊച്ചേട്ടൻ' എന്ന് അവർ എനിക്കൊരു സ്നേഹപ്പേരിട്ടു. ചിത്രംവരയിലും എനിക്കു കമ്പമായിരുന്നു. വർണ്ണങ്ങളും രേഖകളും എന്നെ രസംപിടിപ്പിച്ചു. (ഒരു മയിൽപ്പീലി ഇന്നും എനിക്കൊരു മഹാത്ഭുതമാണ്!) രാജാ രവിവർമ്മയുടെ പല ചിത്രങ്ങളും പകർത്തി വരയ്ക്കുവാൻ എന്റെ അവിദഗ്ധമായ കൗതുകം സ്ഥാവരസഹജമായ ക്ഷമയോടെ അനേകം മണിക്കൂറുകൾ ചെലവഴിച്ചിട്ടുണ്ട്.

സ്ഥൂലത്തിൽനിന്നു സൂക്ഷ്മത്തിലേക്ക്, വീണ്ടും സ്ഥൂലത്തിലേക്ക് - കഥകളും ചിത്രങ്ങളും

ആ ക്ഷമാശീലം പിൽക്കാലത്ത് എനിക്കേറ്റവും ഉപകരിച്ചിട്ടുണ്ട്. ഏതെങ്കിലും കവിത വികസിപ്പിക്കാനിരുന്നാൽ ആ പണി തീരുന്നതുവരെ ഞാൻ ഒരു പൊരുന്നൽ കോഴിയാണ്. മാത്രമല്ല, മുന്നനുഭവങ്ങളുടെ സൂക്ഷ്മമുകുളമായ കവിതാശയം എന്റെ മനസ്സിൽ അർത്ഥസംവിധാനത്തിലേക്കു വിരിയുന്നതു സംഭവത്തിന്റെയോ കഥയുടെയോ രൂപത്തിലാണുതാനും. ആവിഷ്ക്കരിക്കുമ്പോൾ വിശദാംശങ്ങൾ ചിത്രങ്ങളായും തീരാറുണ്ട്. എന്നെ സംബന്ധിച്ചിടത്തോളം ഇൻസ്പിരേഷൻ എന്നൊന്നുണ്ടെങ്കിൽ അതു ഹൃദയത്തിൽ ഒരപൂർവ്വാവേശത്തിന്റെ അർദ്ധസ്പഷ്ടമായിട്ടെങ്കിലുമുള്ള

അവതാരത്തിലും അർത്ഥസംവിധാനത്തിലേക്കുള്ള അതിന്റെ വളർച്ചയിലും അതിലെല്ലാമുള്ള ഹർഷത്തിലുമാണ്. ഇത്രയും തികയാതെ ഒരു വരിയെങ്കിലും എനിക്കു കുറിക്കാൻ സാധിക്കുമോ എന്നു സംശയം. ഏതെങ്കിലും ഒരാവേശത്തിനു വിധേയനായി മുൻകൂട്ടി ആദിമദ്ധ്യാന്തങ്ങളുടെ ഏകദേശ രൂപമെങ്കിലും കാണാതെ എഴുതാൻ തുടങ്ങുകയോ, മറ്റാരോ എന്റെ പേന തട്ടിപ്പറിച്ചെടുത്തെഴുതുന്നതുപോലെ എഴുതിത്തീർക്കുകയോ ചെയ്യാനുള്ള ഭാഗ്യം എനിക്കിതേവരെ ഉണ്ടായിട്ടില്ല. എനിക്കഭിമതങ്ങളായ ചില മനോധർമ്മങ്ങളുടെ അല്ലികൾ എഴുതുന്നതിനിടയ്ക്കായിരിക്കും അവിടവിടെ വിടർന്നു തെളിഞ്ഞുവരുന്നത്. 'സർപ്പക്കാട്' എന്ന കവിതയിലെ ഞാഞ്ഞൂളുകളെപ്പറ്റിയുള്ള പ്രസ്താവം അക്കൂട്ടത്തിൽ പെടും. എന്നാലും പൊതുവേ ആദ്യത്തെ അടിസ്ഥാനകല്പനയിൽനിന്നാണ് കവിത ജീവിച്ചു തുടിക്കാൻ തുടങ്ങുന്നത്.

എന്റെ കവിതയിൽ കാണുന്നതായി പറയുന്ന പദവാക്യരചനയുടെ പാവുനെയ്ത്തിനെ ആളുകൾ ശ്ലാഘിച്ചു കേൾക്കാറുണ്ട്. പക്ഷേ, കലാശില്പത്തിന്റെ ജീവത്തായ ആന്തരരചന, കേന്ദ്രകല്പന, ഭദ്രമായെങ്കിലേ എനിക്കഭിമാനം തോന്നാറുള്ളു. ആ കല്പന ഉദിക്കുമ്പോൾ അതിൽ വാക്കുകളുടേയോ വരകളുടേയോ നൂലുബന്ധം മാത്രമേ കാണാറുള്ളു. പലപ്പോഴും അങ്ങനെയൊരു കല്പന പുലർച്ചയ്ക്കുമുമ്പുള്ള അർദ്ധബോധാവസ്ഥയിൽ ആഴത്തിലെവിടെനിന്നോ മനസ്സിന്റെ ഉപരിതലത്തിലേക്കു വെള്ളിമത്സ്യം പോലെ ഉയർന്നുയർന്നു വരികയും പിന്നീട് ഓർമ്മയുടെ പിടിയിൽ പെടാതെ മറഞ്ഞുകളയുകയും ചെയ്യാറുണ്ട്.

ചുരുക്കത്തിൽ പൂർവ്വാനുഭവങ്ങളുടെ സൂക്ഷ്മാംശങ്ങൾ, പ്രകടമോ അപ്രകടമോ ആയ വികാരത്തിന്റെ കാന്തശക്തിയാൽ, സ്വീകരിക്കുന്ന പുതിയ പാറ്റേൺ അഥവാ കല്പന ആണ് കാതലായിട്ടുള്ളത്. ആ കവലയിൽ നിന്നു കവിതയിലേക്കും കഥയിലേക്കും ചിത്രത്തിലേക്കും മറ്റും വഴികൾ വേർതിരിഞ്ഞുപോകുന്നു. ഞാൻ കവിതയ്ക്കു പകരം കഥയെഴുതാഞ്ഞത് യാദൃച്ഛികം മാത്രമാണ്.

ഇളംകൂമ്പുകൾ; പ്രോത്സാഹനം

കോളേജിൽവച്ച് 'ഗ്രാമീണകന്യക'യുടെ കവി എന്റെ ഗുരുനാഥനായി. ഒരു യഥാർത്ഥകവിയായി ജീവിക്കുകയാലായിരിക്കാം വളരെ കുറച്ചു മാത്രം കടലാസിലേക്കു പകർത്തിയിട്ടുള്ള അദ്ദേഹം ഇളംതലമുറയെ പ്രോത്സാഹിപ്പിക്കുന്നതിൽ അത്യുദാരനായിരുന്നു. ഹൈസ്ക്കൂളിൽ വച്ചെഴുതിയ ചില

കവിതകൾ ആത്മവിശ്വാസക്കുറവുകൊണ്ടു ഞാൻ അദ്ദേഹത്തെ കാണിച്ചില്ലെങ്കിലും കലാശാലാ ജീവിതത്തിനിടയ്ക്കു ഞാൻ ആദ്യമായി മെനഞ്ഞെടുത്ത ഒരു നീണ്ട കവിത പണിപ്പെട്ടു ധൈര്യപ്പെട്ട് അദ്ദേഹത്തിനു കാഴ്ചവയ്ക്കുക തന്നെ ചെയ്തു. "ശ്രീധരന്റെ കവിത എനിക്ക് എന്റേതു പോലെ ഇഷ്ടപ്പെട്ടു" എന്ന അദ്ദേഹത്തിന്റെ അഭിനന്ദനത്തിനു തുല്യമായി മറ്റൊന്നും എന്നെ അത്രമേൽ അമ്പരപ്പിച്ച് ആഹ്ലാദിപ്പിച്ചിട്ടില്ല. അന്നുമുതൽ ദീർഘകാലം അദ്ദേഹം എന്റെ കൃതികളിൽ ചൊരിഞ്ഞിട്ടുള്ള വാത്സല്യ വർഷം ഇന്നും സ്മരണയെ പുളകം കൊള്ളിക്കുന്നു.

വള്ളത്തോൾക്കവിതയാണ് സ്വാഭാവികമായി ആയിടയ്ക്ക് എന്നെ അത്യന്തം വിശദീകരിച്ചു ലഹരിപിടിപ്പിച്ചത്. ആ രചനയുടെ സ്വാധീനശക്തി ഇന്നും എന്നിൽ ശേഷിച്ചിട്ടുണ്ട്. പിന്നെ എന്റെ അക്കാലത്തെ നിർമ്മിതികളുടെ സവിശേഷതകളായി എടുത്തു പറയാവുന്നതു പ്രായത്തിന്റേതായ റൊമാന്റിക് ഭാവനയും പുറമേ അതിനോടു പൊരുത്തപ്പെടാത്ത ഒരു മുമുക്ഷുവിന്റെ ചിന്താഗതിയുമാണ്. ഏതായാലും കവിത എന്നത് ഒരുതരം രസികത്തത്തിൽ അധിഷ്ഠിതമായ വിനോദമായി അന്നും എനിക്കു തോന്നിയിരുന്നില്ല. മാത്യു ആർണോൾഡിന്റെ വിമർശനലേഖനങ്ങളിൽ വിദ്യോതിച്ചു കണ്ട 'സമുന്നത ഗൗരവം', 'സാഹിത്യം ജീവിതനിരൂപണം' മുതലായ നിർദ്ദേശങ്ങൾ എന്റെ കവിതയെ ഞാനറിയാതെ രൂപപ്പെടുത്തിയിരിക്കണം.

മലകളും മേടുകളും

പാശ്ചാത്യസാഹിത്യമാണ് ചിന്തയിലും ഭാവനയിലും കലാശില്പത്തിലും എന്നെ ഏറ്റവുമധികം സ്വാധീനിച്ചിട്ടുള്ളത്. I to the hills will lift mine eyes (ഞാൻ എന്റെ നോട്ടം കുന്നുകളിലേക്കുയർത്തും) എന്ന നിലപാടാണ് പാശ്ചാത്യകവിയുടേത്. നമ്മുടെ പാരമ്പര്യം ആത്മീയവും പാശ്ചാത്യരുടേത് ഭൗതികവുമാണെന്ന നിർവ്വചനം സാഹിത്യത്തെ സംബന്ധിച്ചിടത്തോളം (അതാണല്ലോ ജനതയുടെ ആത്മസത്തയെ തുറന്നുകാണിക്കുന്നത്) ശരിയല്ല. നമ്മുടെ ഭാഷയിൽ ഈശ്വരപ്രാർത്ഥനപോലും അമ്മായിശ്ലോകമായിരുന്ന കാലത്തു പാശ്ചാത്യരുടെ പ്രേമഗാനംപോലും ഈശ്വരപ്രാർത്ഥന പോലെ ആത്മീയാനുഭൂതിപ്രദമായിരുന്നു എന്നതാണ് വാസ്തവം. മതപുരാണങ്ങൾ മുതൽ കാലാവസ്ഥവരെ പലതും ഈ നിലപാടുകളുടെ വൈജാത്യത്തിനു നിദാനങ്ങളായിരിക്കാം. ഏതായാലും അടുത്ത കാലത്ത്, കുമാരനാശാന്റെ ഉദയം മുതൽ, ഈ സ്ഥിതിക്കു മാറ്റം വന്നിട്ടുണ്ടെന്നു നമുക്കാശ്വസിക്കാം. എന്നാലും ഈ നവോത്ഥാനത്തിൽനിന്നു നമുക്കു ലഭിച്ചത്

കീറ്റ്സിന്റേയും ഷെല്ലിയുടേയും ബൈറന്റേയും ടെന്നിസന്റേയും സ്വിൽബേണിന്റേയും പരുവത്തിലുള്ള ചില നല്ല കവികളെ മാത്രമാണ്. മിൽട്ടന്റെയെങ്കിലും തലപ്പൊക്കമുള്ള ഒരു മഹാകവി കേരളത്തിലുണ്ടാവാൻ നമ്മുടെ കവികൾ ജീവിതത്തിന്റെ വിസ്തീർണ്ണ സങ്കീർണ്ണങ്ങളായ അനുഭവങ്ങളോടെ കവിത്വത്തിന്റെ അധിത്യകകളിലേക്കും, ജനത സഹൃദയത്വത്തിന്റെ സൂക്ഷ്മദർശന നിപുണതയിലേക്കും, എത്രമേൽ വളരേണ്ടിയിരിക്കുന്നു!

ഇടപ്പള്ളി

കോളേജിൽവച്ചു ഞാൻ പി.കെ. കരുണാകരമേനവനുമായി പരിചയിച്ചു. എന്റെ വീട്ടിൽനിന്നു രണ്ടുമൈൽ അകലെ ഇടപ്പള്ളിയിലുള്ള കരുണാകരമേനവന്റെ ഗൃഹം സൗഹൃദത്തിന്റേയും സാഹിത്യത്തിന്റേയും രാജധാനിയായിരുന്നു. അവിടെവച്ചാണ് ഞാൻ ഇടപ്പള്ളിക്കവികളെ കണ്ടുമുട്ടിയത്- ഒതുങ്ങി മൗനിയായി ഏതോ വിഷാദത്തിന്റെ കരിനിഴൽ പുരണ്ടിരിക്കുന്ന രാഘവൻപിള്ളയേയും, വിനയശീലനെങ്കിലും സാഹിത്യസല്ലാപലോലനായ ചങ്ങമ്പുഴയേയും. അവർ അന്നു കവിതകൾ എഴുതിത്തുടങ്ങിയിരുന്നു. പക്ഷേ, അവരുടെ ആത്മഗീതങ്ങളിലെ അതിഭാവുകത്വവും, അതിരുകടന്ന സ്വപ്നസങ്കല്പങ്ങളും, പരാജയബോധവും, ഭർത്സനവും, ജീവിതത്തോടും മരണത്തോടും മാറിമാറിയുള്ള അനുരാഗനിവേദനങ്ങളും വള്ളത്തോൾക്കവിതയുടെ സ്വാധീനത്തിൽപ്പെട്ട ഞങ്ങളിൽ ചിലരെ വേണ്ടത്ര ആകർഷിച്ചില്ല. കേരളീയർ അവരിൽ, പിന്നെപ്പിന്നെ, തങ്ങൾക്കേറ്റവും പ്രിയപ്പെട്ട കവികളെ കണ്ടെത്തി.

റഷ്യയിലെ മഹാപ്രതിഭന്മാർ

കരുണാകരമേനവന്റെ ശേഖരത്തിൽനിന്നു വായിക്കാൻ കിട്ടിയ പുസ്തകങ്ങളിലൂടെ ഞാൻ റഷ്യയിലെ മഹാപ്രതിഭന്മാരുമായി പരിചയിച്ചു. ടർജനീവ്, ടോൾസ്റ്റോയി, ഡോസ്റ്റോയെവ്സ്ക്കി എന്നിവരുടെ കൃതികളിൽ വെന്തുരുകുന്ന മനഃസാക്ഷികളുടെ വ്യഗ്രതകളും, ധൂമപടലങ്ങളും, ജ്വാലകളും, മനുഷ്യസ്നേഹത്തിന്റെ അടിയറ വയ്ക്കാത്ത മുന്നേറ്റങ്ങളും നരകയാതനകളും ആദ്ധ്യാത്മികനിർവൃതികളും ഞാൻ കണ്ടെത്തി അവയിലൂടെ അനവധി ജന്മങ്ങൾ ഞാൻ ജീവിച്ചു. മഹത്തായ ഓരോ സാഹിത്യകൃതിയും വായിച്ചനുഭവിക്കുന്നതു പുതിയ ഒരു ജന്മം, അഥവാ ഒരേ കാലഘട്ടത്തിൽ അനവധി ജന്മങ്ങൾ, ജീവിക്കുന്നതുപോലെയാണ്. ജന്മാന്തരങ്ങളിലൂടെ കടന്നുപോവുന്ന ആ ആത്മാവിനു നേടാൻ കഴിയുമെന്നു മതങ്ങൾ അവകാശപ്പെടുന്ന

സംസ്ക്കാരത്തിനു സദൃശമായ ഒരു സംസ്ക്കാരമാണ് ഉത്തമസാഹിത്യ കൃതികളിലൂടെ വീണ്ടും വീണ്ടും ജീവിക്കുന്ന സഹൃദയനായ വായനക്കാരനും നേടുന്നത്. ആ വായന എനിക്കു വേണ്ടതിലധികം തലക്കനം വയ്പിച്ചിരിക്കണം. എനിക്കൊന്നും അത്ഭുതമല്ലാതായി. മഹാജനങ്ങൾ വിലമതിക്കുന്ന ചെറിയ മാന്യതകളൊന്നും മാന്യതകളല്ലാതായി. യൗവനോല്ലാസങ്ങളിലും ആ അറിവിന്റെ നിഴലുകൾ എന്റെ പ്രസന്നപ്രകാശങ്ങളെ വെട്ടിത്തിരുത്തി ക്കൊണ്ടിരുന്നു. 'കുടിയൊഴിക്ക'ലിൽ ആ നിഴലുകളുടെ കെട്ടുപിണച്ചിൽ കുറെയേറെ പ്രകടമാണെന്നു തോന്നുന്നു.

ഗോർക്കിയുടേയും ഷൊളൊക്കോവിന്റേയും നോവലുകൾ സത്വരപരിണാമ ങ്ങളിലൂടെ മുന്നേറി ചരിത്രം സൃഷ്ടിക്കുന്ന ഒരു ജനതയുടെ വാശികളും വൈരുദ്ധ്യങ്ങളും നിറഞ്ഞ കർമ്മരംഗങ്ങൾ എന്റെ മുമ്പിൽ തുറന്നിട്ടു. മയക്കോവ്സ്ക്കിയുടെ കവിതകളിലൂടെ മുഷ്ടി ചുരുട്ടുന്ന പരുഷവും സത്യ സന്ധവുമായ പൗരുഷവും ആത്മാഭിമാനവും എനിക്കു വളരെ ബോധിച്ചു.

ചുറ്റുപാടുകൾ

ഞാൻ ഒരു ശാസ്ത്രാദ്ധ്യാപകന്റെ ജോലിയിൽ പ്രവേശിച്ചപ്പോൾ സാഹിത്യ രചന ചെയ്യുവാനും സാധാരണക്കാരുമായി അടുത്ത ബന്ധം പുലർത്തു വാനും ആ ചെറിയ ഉദ്യോഗം എനിക്കു സ്വൈരവും സ്വാതന്ത്ര്യവും തരുമെന്നു സമാധാനിച്ചു. എന്നാലും അത് ആശിച്ചത്ര ഉണ്ടായില്ല. (അച്ചടിക്കപ്പെട്ട എന്റെ ആദ്യപുസ്തകം ശരീരശാസ്ത്രത്തെ വിഷയമാക്കി ഇംഗ്ലീഷിൽ ഒരു ലഘു വിവരണമായിരുന്നു!) മാതൃഭൂമി വാരികയുടെ ഉദാരമായ സ്വീകാരസൽക്കാര ങ്ങൾ ലഭിച്ചിരുന്നില്ലെങ്കിൽ എന്റെ കവിതകൾ തുടർന്നെഴുതപ്പെടുമായി രുന്നോ എന്നു സംശയമാണ്. നാട്ടുകാരുമായുള്ള ജീവിതവ്യാപാരമാണെങ്കിൽ അതും സ്വന്തം ഗ്രാമത്തിലൊഴിച്ച് ഒരിടത്തും ആഴത്തിൽ വേരോട്ടമില്ലാതെ പോയി. ഇന്ത്യൻ സ്വാതന്ത്ര്യസമരത്തിന്റെ ആവേശം എന്നെ ചലിപ്പിച്ചു. രണ്ടാം മഹായുദ്ധത്തിന്റെ തീക്കുടുക്കകൾ, മനുഷ്യമഹത്ത്വത്തിന്മേൽ കെട്ടിപ്പടുത്തിരുന്ന സുപ്രസന്നാദർശങ്ങളെ ചുട്ടുപൊട്ടിച്ചു. ('ശിബിയില്ല' എന്ന കവിത നോക്കുക.) യുദ്ധത്തിന്റെ കരുമനയായ ദാരിദ്ര്യത്തിൽ ആളുകൾ കടലമാവ് ഉപ്പിട്ടു വേവിച്ചു തിന്നുന്നതു ഞാൻ കണ്ടു. റോഡിൽ ഇടയ്ക്കിട യ്ക്കു പട്ടിണിശ്ശവങ്ങളും കാണപ്പെട്ടു. പുരോഗമനപ്രസ്ഥാനം ഭാഷാകവിത യുടെ ഭാവരൂപങ്ങൾ ഉടച്ചുവാർത്ത് അതിനെ പൊതുജനങ്ങളോടു കൂടുതൽ അടുപ്പിച്ചു. ആശാന്റെ നളിനിയിൽ തെളിഞ്ഞു മറഞ്ഞ അഭൗമവിശുദ്ധികൾ ആവിഷ്ക്കരിച്ച് എന്റെ ചേതനയെ ആർഷവിരുന്നൂട്ടിയ ജീയുടെ കവിത എനിക്കിഷ്ടപ്പെട്ട രീതിയിൽത്തന്നെ ഭാരതസ്വാതന്ത്ര്യത്തിന്റേയും മനുഷ്യ സ്വാതന്ത്ര്യത്തിന്റേയും കാഹളം മുഴക്കിത്തുടങ്ങി. ഒരു ഓർക്കിഡ് പുഷ്പം

പോലെ ഈ ഉഷ്ണമേഖലയിൽ വികസിച്ച ചങ്ങമ്പുഴ, ക്രമേണ ഒരു തീജ്ജ്വാല യായി മാറി, അകാലത്തിൽ കെട്ടടങ്ങി. രാഘവൻപിള്ള തന്റെ ഹംസഗാനം പാടി എന്നോ മൃത്യുപ്രവാഹത്തിൽ മറഞ്ഞുപോയിരുന്നു.

വായനയിൽനിന്നും ചുറ്റുമുള്ള മനുഷ്യജീവിതത്തിലേക്ക്

ഈ മാറ്റങ്ങളെല്ലാം സ്വാഭാവികമായി എന്നെയും ബാധിച്ചു. എന്നാലും ചുറ്റുപാടുമുള്ള മനുഷ്യജീവിതത്തേക്കാൾ പത്രങ്ങളിലും സാഹിത്യകൃതി കളിലും പ്രതിഫലിച്ചുകണ്ട ജീവിതമാണ് എന്നിൽ സമ്മർദ്ദം ചെലുത്തിയത്. (എന്റെ ഗ്രാമജീവിതത്തിൽ എനിക്കു നല്ല വേരോട്ടമുണ്ടായിരുന്നിട്ടും.) മറ്റു പല എഴുത്തുകാരുടേയും കാര്യത്തിൽ ഏറക്കുറെ ഇതുതന്നെയല്ലേ സംഭവിച്ചത് എന്നു ഞാൻ സംശയിക്കുന്നു. വായന, അതിന്റേതായ അസുലഭ സംസ്ക്കാരലാഭം കൊണ്ടു ഗുണകരമാണ്– എന്നാലും, ഒരതിർത്തിവരെ മാത്രം. സാഹിത്യാസ്വാദനത്തിൽ അത്യധികം സ്വയം അഭിരമിക്കുന്നത്, ഒരു സാഹിത്യകാരനു വിശേഷിച്ചും, നല്ല ശീലമാണെന്ന് എനിക്കു തോന്നുന്നില്ല; കാരണം, ആ സത്തു നുകർന്നു ശീലിച്ച ഒരാൾക്ക് സാധാരണജീവിത ത്തിന്റെ ചോറും കറിയും ഒരു ചൂരും ചുവയും ഇല്ലാത്തതായി തോന്നി പ്പോകുന്നു. വായിച്ചുണ്ടായ അനുഭൂതികളിൽ നിന്നു കാവ്യം രചിക്കുവാൻ അയാൾ ഉദ്യമിക്കുന്നു. ജീവിതവീക്ഷണത്തിന്റെ ഉയർന്ന നിലവാരങ്ങൾ, വിവിധ ചിന്താധാരകൾ, പുതിയ കാവ്യശില്പങ്ങൾ മുതലായവയെക്കുറിച്ചു സാമാന്യജ്ഞാനം കിട്ടുവാൻ 'പരന്ന വായന' ഉപകരിച്ചേക്കാം. ഞാനും ആ വഴിക്കു ചിലതെല്ലാം നേടിയിട്ടുണ്ടെന്നു പറഞ്ഞുവല്ലോ. പക്ഷേ, സ്വന്തമായി ഒരു കലാസൃഷ്ടി ചെയ്യണമെങ്കിൽ, അത് അനുകരണത്തിൽനിന്ന് ആവു ന്നതും രക്ഷപ്പെടണമെങ്കിൽ, ഇവിടത്തെ ആളുകൾ അതിൽ അങ്ങേയറ്റം അനുഭവരസം കണ്ടെത്തണമെങ്കിൽ, അതു ലോകസാഹിത്യത്തിനുതന്നെ 'മറ്റെങ്ങുമലഭ്യ'മായ നേട്ടമായിത്തീരണമെങ്കിൽ, നമ്മുടെ സാഹിത്യകാരൻ, താൻ നേടിയ വിശ്വസാഹിത്യപരിചയവും കൊണ്ടു നമ്മുടെ മണ്ണിലേക്ക്, പച്ചയായ ജീവിതാനുഭവങ്ങൾ തേടുന്നതിലേക്ക്, മടങ്ങിപ്പോരേണ്ടിയിരി ക്കുന്നു. നമ്മുടെ കലയ്ക്കുള്ള അസംസ്കൃതപദാർത്ഥങ്ങളുടെ കലവറ അവിടെയാണ്.[1] പഴയ സംസ്ക്കാരത്തിന്റെ വേരുറപ്പും പുതിയ മാറ്റങ്ങളുടെ

1. സംസ്കൃതത്തിന്റേയും ഇംഗ്ലീഷിന്റേയും സംസർഗ്ഗംകൊണ്ടു പുഷ്ടിപ്പെട്ട നമ്മുടെ ഭാഷയ്ക്ക് വിശ്വസാഹിത്യപരിചയമാണ് ഇനിയൊരഭിവൃദ്ധി മാർഗ്ഗം എന്നു പുറമേനിന്നുള്ള വളർച്ചയ്ക്കു വേണ്ടി വീണ്ടും വീണ്ടും വാദിച്ചുകേൾക്കുന്നതുകൊണ്ടാണ് ഉള്ളിൽനിന്നുള്ള വളർച്ചയുടെ ആവശ്യകതയെപ്പറ്റി ഇത്രയും വിസ്തരിക്കുന്നത്.

ചലനങ്ങളും വ്യക്തിവിശേഷങ്ങളും സാമൂഹ്യാഭിലാഷങ്ങളും എല്ലാം അവിടെയുണ്ട്. മുമ്പെങ്ങും ഒരു പേനത്തുമ്പും സ്പർശിച്ചിട്ടില്ലാത്തതും കാവ്യപ്രതിപാദനത്തിന് ഏറ്റവുമുതകുന്നതുമായ ചേൽചൊല്ലുകളുടെ പൊൻതരികൾ പോലും ഈ നിത്യജീവിതപ്രവാഹത്തിൽ അവിടവിടെ അടിഞ്ഞുകിടക്കുന്നത് അരിച്ചെടുക്കാം. ജീവിക്കുന്ന പാത്രങ്ങളും വൈവിധ്യമുള്ള രംഗങ്ങളും കാലികപ്രശ്നങ്ങളുടെ വിമർശനങ്ങളും കൊണ്ടു കാമ്പുറ്റ ബൃഹൽ കൃതികളുണ്ടാവാനും ഇതേ മാർഗ്ഗമുള്ളു. ബൃഹൽകൃതികളായാലും ലഘുകൃതികളായാലും അവ വിപുലമായ അർത്ഥത്തിൽ പുരോഗമനകൃതികളായിരിക്കുകയും ചെയ്യും, സോദ്ദേശ്യമായി രചിക്കപ്പെട്ടവയല്ലെങ്കിൽക്കൂടി. കലാലയത്തിൽ എന്റെ ഗുരുനാഥനായിരുന്ന കവി പട്ടണത്തിലെ ഉദ്യോഗജീവിതത്തിൽനിന്നു വിരമിച്ചു സ്വന്തം ഗ്രാമത്തിൽ പാർപ്പുറപ്പിച്ചപ്പോൾ പ്രസ്താവിച്ചു, ജാഥകളിൽനിന്നും വിപ്ലവങ്ങളിൽനിന്നും ഒഴിഞ്ഞു പ്രകൃതിസുന്ദരമായ നാട്ടിൻപുറത്തു പ്രശാന്തജീവിതം നയിക്കാനാണ് താൻ ഇഷ്ടപ്പെടുന്നത് എന്ന്. എന്നിട്ട് അദ്ദേഹം ഈയിടെ എഴുതിയ ചില കവിതകൾ കൈയെഴുത്തിൽ കാണുവാൻ എനിക്കു ഭാഗ്യമുണ്ടായി. പാവങ്ങളായ ഗ്രാമീണരുടെ കഷ്ടപ്പാടുകളിൽ സഹാനുഭൂതിയും ഇതിനു കാരണക്കാരായവരോടു പ്രതിഷേധവും കൊണ്ടു പണ്ടെങ്ങും കാണാത്തവിധം നിറവും ചൂടും നിറഞ്ഞതായിരുന്നു അതിൽ പല കവിതകളും![2]

കലയിലെ വിപ്ലവാംശം, പുതിയ കവികൾ, സൗഹൃദങ്ങൾ

പുതിയ സാമൂഹ്യബോധം നമ്മുടെ കലയിൽ ഒരു വിപ്ലവം വരുത്തിയിട്ടുണ്ട്. പക്ഷേ, കലയിലെ വിപ്ലവബോധം എപ്പോഴും സാമൂഹ്യവിപ്ലവബോധം മാത്രമാവണമെന്നില്ല. മഹർഷിമാർ പറഞ്ഞുവച്ചതായാലും മാർക്സ് പറഞ്ഞുവച്ചതായാലും ശ്ലോകങ്ങളിലോ ഈരടികളിലോ അനുഭവരസമോ ഭംഗിയോ ശക്തിയോ ഇല്ലാതെ പറഞ്ഞൊപ്പിച്ചു പ്രാചീന സംസ്ക്കാരത്തിന്റേയോ നവീന പുരോഗതിയുടേയോ രക്ഷാകർത്താക്കളാണെന്നു നടിച്ചിട്ട് സാഹിത്യത്തിനു വലിയ ഗുണമൊന്നും കിട്ടാനില്ല. (നടിക്കുന്നവർക്കു ഗുണം കിട്ടാറില്ലെന്നില്ല. ആദ്യം പറഞ്ഞ കൂട്ടരെ അക്കാഡമികളിലെ അമ്മായിശ്ലോകക്കാരും രണ്ടാമത്തെ സെറ്റുകാരെ ഇടതുപക്ഷനേതാക്കന്മാരും 'നല്ല കുട്ടികളാ'യെണ്ണി സവിശേഷം കടാക്ഷിച്ചു സമ്മാനിക്കാറുണ്ട്.) നിത്യജീവിത രംഗത്തിൽനിന്നു കലയ്ക്കുള്ള അസംസ്കൃതവസ്തുക്കൾ ശേഖരിച്ചെടുക്കുന്നതു പോലും

2. 'ഓണക്കാഴ്ച' എന്ന പേരിൽ ഈ കവിതകളുടെ സമാഹാരം അടുത്തു പുറത്തു വരുന്നുണ്ട്.

ആദ്യത്തെ പടിയേ ആകുന്നുള്ളു. ഏതെങ്കിലും ഒരപൂർവ്വതയുടെ ഉന്മീലനം, സത്യദർശനത്തിലോ സൗന്ദര്യബോധത്തിലോ രൂപത്തിലോ ഉള്ള പുതിയൊരു കാൽവയ്പ് - ചുരുക്കത്തിൽ കലാപരമായ ഒരു വിപ്ലവബീജം - ആണ് ഏതു സാഹിത്യകൃതിക്കും ഹൃദയസ്പന്ദവും നാഡിമിഡിപ്പും നൽകുന്നത്. ഉദാഹരണം ഇടശ്ശേരിയുടെ 'പൂതപ്പാട്ട്'. അതിൽ സാമൂഹ്യവിപ്ലവാംശം ഇല്ലെങ്കിലും കലാവിപ്ലവബീജമുണ്ട്. ജീവിതത്തിലെന്നപോലെ സാഹിത്യത്തിലും ഒരു കാര്യം പരമസത്യമാണ്. ജീവിതനിരീക്ഷണത്തിനുള്ള കഴിവും, അതിൽനിന്നു പുതിയൊരുൾക്കാഴ്ച കിട്ടാനുള്ള പ്രതിഭയും, ആ കാഴ്ചയെ ആവിഷ്ക്കരിക്കാനുള്ള പ്രാപ്തിയും ധീരതയും ആണ് പുരോഗതിയുടെ ആസ്പദം. ഈ നിരീക്ഷണശക്തിയും ഉൾക്കാഴ്ചയും പ്രാപ്തിയും ധീരതയും പ്രദർശിപ്പിക്കുന്ന കൃതികൾ, പാരമ്പര്യങ്ങളുടേയും പതിവുകളുടേയും കയറു പൊട്ടിക്കുന്നതിൽനിന്നു കരുത്തു നേടുന്ന കൃതികൾ, ഒരരനൂറ്റാണ്ടുമുമ്പു വരെ ഉണ്ടായിരുന്നതിനേക്കാൾ കൂടുതൽ ഈ അടുത്ത കാലത്തുണ്ടാകുന്നുണ്ടെന്നു നമുക്കു സമാധാനിക്കാം. പഥികന്റെ പാട്ട്, പെരുന്തച്ചൻ, കളിയച്ഛൻ, എലികൾ, ആഫ്രിക്ക, കൊച്ചുതൊമ്മൻ, ഇടിഞ്ഞുപൊളിഞ്ഞ ലോകം, ചകിരിക്കുഴികൾ, പൂതപ്പാട്ട്, കറുത്ത ചെട്ടിച്ചികൾ, പാഞ്ചാലിയുടെ മരണം, സേട്ടുവും ഗൂർക്കയും, ആയിഷ, കരിമീനുകൾ മുതലായ കൃതികൾ (പെട്ടെന്ന് ഓർമ്മയിൽ വന്നവയുടെ പേരു പറഞ്ഞുവെന്നേയുള്ളു.) വളർച്ചയുടെ ലക്ഷണങ്ങളാണ്. ഇങ്ങനെ പുതുമയോടെ പൊട്ടിവിരിയുന്ന ഇന്നത്തെ കവിതയുടെ തളരാത്ത കാമുകനാണ് ഞാൻ എങ്കിലും ഇടശ്ശേരിക്കവിതയോടാണ് എനിക്കേറെയിഷ്ടം. പ്രാഥമികകല്പനയിലുള്ള ആ അലൂനതയും, ആ ജീവിതപരിചയവും, മനുഷ്യസ്നേഹവും സത്യസന്ധതയുടെ നാഡിബലവും, നാടൻമൊഴിയുടെ ചാരുതയും ഒന്നു വേറെത്തന്നെയാണ്. പഴമയിലും പുതുമയിലും ഏറ്റവും നല്ല അംശങ്ങളെ പ്രകാശിപ്പിക്കുന്ന ജീയുടെ സാഹിതിയും, മറ്റൊരു സുന്ദരകലയായ അദ്ദേഹത്തിന്റെ സൗഹൃദവും എന്റെ ഹൃദയം സമ്പന്നമാക്കുകയും എന്നെ ഉണർത്തുകയും ചെയ്തിട്ടുണ്ട്- അദ്ദേഹം സഞ്ചരിക്കുന്ന രാജപാതയിൽനിന്നു വളരെ അകലെയാണ് ഞാൻ താണ്ടുന്ന ഇടവഴി എങ്കിലും.

വായനക്കാരും വിമർശകരും

കേരളത്തിലെ വായനക്കാരോടും വിമർശകരോടും ഞാൻ വളരെ കൃതജ്ഞനാണ്. പ്രോത്സാഹിപ്പിക്കാനായിരിക്കാം, അവർ എന്റെ കൃതികളെ അവ അർഹിക്കുന്നതിലധികം ആദരിച്ചിട്ടുമുണ്ട്. (ആദരിച്ചാലും ഇല്ലെങ്കിലും കവിത, അതാരുടേതായാലും, മനസ്സിരുത്തി, ലയിച്ച്, വായിച്ചാൽ കൊള്ളാം എന്നൊരപേക്ഷയുണ്ട്). ഏതാനും ശകാരങ്ങളും ഇല്ലാതിരുന്നിട്ടില്ല. അതിൽ

ചിലതിന്റെ യുക്തിയെപ്പറ്റി ഞാൻ ഇപ്പോഴും ചിന്തിക്കുകയാണ്. 'ഓണപ്പാട്ടുകാർ' എന്ന സമാഹാരത്തിന്റെ ഒടുവിൽ 'കവിയും സൗന്ദര്യബോധവും' എന്നൊരു ഗീതകം ഞാൻ നിബന്ധിച്ചിരുന്നു. 'അന്ധകാരത്തെ ദഹിപ്പിക്കുന്ന ദീപനാളത്തിന്റെ ധീരസുന്ദരമായ മുഖത്തെ ഞാൻ വാഴ്ത്തിപ്പാടി. ആ പാട്ടിൽനിന്നും പ്രചോദനമുൾക്കൊണ്ട്, പലരും, അസുന്ദരതകളെ ലംഘിച്ചു സുന്ദരലക്ഷ്യങ്ങളെ പ്രാപിച്ചു; നൂറ്റാണ്ടുകളായി അജ്ഞാനത്തിലും അടിമത്തത്തിലും ആണ്ടുകിടന്നിരുന്ന ഒരു ജനസമൂഹം ആ പാട്ടിൽ നിന്നാവേശമുൾക്കൊണ്ട് ഒരു വിപ്ലവത്തിലൂടെ വിപരീത പരിതഃസ്ഥിതികളെ ഭേദിച്ചു സമത്വഭാസുരമായ ഒരു നവവ്യവസ്ഥിതിയും നേടി' എന്നു ചുരുക്കം.

'മാനവപ്രശ്നങ്ങൾ തൻ മർമ്മകോവിദന്മാരേ,
ഞാനൊരു വെറും സൗന്ദര്യാത്മകകവിമാത്രം'

എന്നു ഞാൻ ആ ഗീതകം സമാപിപ്പിക്കുകയും ചെയ്തിരുന്നു.

കവിയുടെ സൗന്ദര്യബോധത്താൽ ഉദ്ദീപ്തമായ സ്വന്തം സൗന്ദര്യബോധമാണ് വ്യക്തികൾക്കും സമൂഹങ്ങൾക്കും പുരോഗതിക്കുള്ള പ്രവർത്തനങ്ങൾക്ക് ഊർജ്ജം കൊടുക്കുന്നത് എന്നു വിവക്ഷ.

പക്ഷേ, ഇതൊന്നും നോക്കാതെ സൗന്ദര്യാത്മകകവി എന്ന പ്രയോഗത്തിൽ മാത്രം തൊട്ടുനോക്കി ഞാൻ 'പ്രതിപാദ്യത്തിന്റെ പക്ഷത്തല്ലാത്ത' ഒരു മാമൂൽപ്രിയനായി ഇവിടെ കാണപ്പെടുന്നു എന്നു മുണ്ടശ്ശേരി വിധിച്ചു!*

ഞാൻ 'കമ്പിനു കമ്പിന് അലങ്കാരം കെട്ടിക്കയറ്റുന്ന'തായും മുണ്ടശ്ശേരി അതേ ലേഖനത്തിൽ ആക്ഷേപിക്കുന്നുണ്ട്. പക്ഷേ, ആ 'കമ്പിനു കമ്പിന് അലങ്കാരം കെട്ടിക്കയറ്റുന്ന' എന്ന പ്രയോഗത്തിലുള്ളത്ര ഉക്തിവൈചിത്ര്യമേ ഞാൻ കവിതയിലും ദീക്ഷിക്കാറുള്ളു. അതു ഞാൻ അടുത്തു പരിചയിച്ച ഗ്രാമീണരിൽനിന്നു വശമാക്കിയതുമാണ്. എന്റെ അയൽപക്കത്തെ മുത്തശ്ശി പോലും മേഘച്ഛന്നമായ ആകാശം കാണുമ്പോൾ "അതാ കണ്ണെഴുതി കുറിയും തൊട്ടു വന്നു നിൽക്കണു!" എന്നാണ് പറയാറ്. കുറി തൊട്ടു എന്നതു മഴവില്ലിനെ ഉദ്ദേശിച്ചായിരിക്കും! ഇത്തരം നാടൻ മൊഴിയിൽ അലിഞ്ഞു ചേർന്ന അർത്ഥചമൽക്കാരങ്ങൾ എനിക്കു വളരെ പഥ്യമാണ്. കവിതയിലാകുമ്പോൾ അവയ്ക്കു കാവ്യഹൃദയവുമായി സിരാബന്ധമുണ്ടോ എന്നു മാത്രം ഞാൻ ശ്രദ്ധിക്കാറുണ്ട്. ഏറ്റവും സരളവും നിരലംകൃതവുമായി തോന്നിക്കുന്ന വരികളുടെ പിന്നിലും ഈ അർത്ഥചമൽകൃതിയും രക്തബന്ധവും സംവൃതമാക്കിവയ്ക്കുന്നതിൽ എനിക്കൊരു കൗതുകമുണ്ടെന്നു സമ്മതിക്കാം. ഈ പുസ്തകത്തിലെ സർപ്പക്കാട് എന്ന കവിതയിൽ,

---

* പുതിയ മംഗളോദയം-പുസ്തകം 1, ലക്കം 4-5.

'നാണത്തിന്റെ കുടുക്കകൾ, പങ്ങിന-
ടക്കും കൊച്ചുകുളക്കോഴിക, ളൊരു
പാണൽക്കൊമ്പിൻ നിഴലിൽ ചാര-
ത്തീപ്പൊരി ചിന്നും പുള്ളിൻ കണ്ണുകൾ' എന്ന വർണ്ണനം കാടിന്റെ സ്ഥൂലമായ വർണ്ണനം മാത്രമല്ല. ആ കുളക്കോഴികളും പുള്ളും യഥാക്രമം അന്ധവിശ്വാസത്തിന്റെ നിഴൽപ്പരപ്പുകളിൽ പരതിനടക്കുകയോ പതിയിരിക്കുകയോ ചെയ്യുന്ന ഭീരുക്കളേയും മാമൂൽ വാദികളേയും സൂചിപ്പിക്കും എന്നുകൂടി ഞാൻ പ്രതീക്ഷിക്കുന്നു. അതു പോലെ രാത്രിയിൽ എന്റെ ഭാവന ആ കാട്ടിൽ ഒരു സർപ്പദേവനൃത്തം കണ്ട് ഉറങ്ങിയതിനു ശേഷം,

'...പിന്നെപ്പുലരിയി-
ലങ്ങു പുഴുക്കളെ റാഞ്ചിയെടുത്തൊരു
വണ്ണാത്തിക്കിളി മാത്രം പാടി' എന്ന ഏതാണ്ട് ഉദാസീനമായി ത്തോന്നുന്ന പ്രസ്താവത്തിൽ പ്രഭാതത്തിന്റെ ലഘുചിത്രമെഴുതാൻ മാത്രമല്ല, 'പക്ഷേ, അവിടെ സർപ്പദേവന്മാരല്ല ഏതാനും പുഴുക്കൾ മാത്രമാണുണ്ടായിരുന്നത്; ഒരു വണ്ണാത്തിക്കിളിക്കു കൊത്തിവിഴുങ്ങി ചൂളംവിളിക്കത്തക്കവണ്ണം നിസ്സാരങ്ങൾ' എന്നർത്ഥം കൊള്ളിച്ച്, മൂഢവിശ്വാസംകൊണ്ടു കാടുകയറിയ ഭാവനയെ വെട്ടിത്തിരുത്താനും കൂടിയാണ് ഞാൻ ശ്രമിച്ചിട്ടുള്ളത്. മറ്റുള്ളവരുടെ കവനങ്ങളിലും ഏറക്കുറെ ഇങ്ങനെയൊക്കെത്തന്നെയാണെന്നാണ് എന്റെ അറിവ്. ഈ ഉക്തിഭംഗിയിൽനിന്നെല്ലാം രക്ഷപ്പെടണമെങ്കിൽ ഒരേയൊരു മാർഗ്ഗമേയുള്ളു- കവിത വായിക്കാതിരിക്കുക. (അങ്ങനെയാണു ചെയ്യാറ് എന്നു തോന്നുന്നു.) കാരണം, സത്യവും സൗന്ദര്യവും തമ്മിലുള്ള പരിണയമാണ് കവിത. അവിടെ അലങ്കരണങ്ങളുണ്ടാകും. അവ കൊണ്ടു പരിണയം കാണുവാൻ ആർക്കും തടസ്സം വരരുതെന്നേ ശ്രദ്ധിക്കേണ്ടതുള്ളു. അതിൽ ശ്രദ്ധിക്കാറുമുണ്ട്.

ശാസ്ത്രപരിചയവും സത്യബോധവും

ഞാൻ ജീവശാസ്ത്രം ഐച്ഛികമായെടുത്തു പഠിച്ചത് എന്റെ കാവ്യഭാവനയെ സാരമായി ബാധിച്ചിട്ടുണ്ടെന്നു സമ്മതിക്കാം. സങ്കല്പങ്ങളെ, അവ എത്ര മനോഹരങ്ങളായിരുന്നാലും അനിയന്ത്രിതമായി പിന്തുടരുവാൻ ശാസ്ത്രീയമായ സത്യബോധം എന്നെ അനുവദിക്കാറില്ല. പ്രകൃതിയുടെ കഥതന്നെ എടുക്കാം. പ്രകൃതിയിൽ വിശ്വഹൃദയത്തിന്റെ മിടിപ്പും പരമാത്മാവിന്റെ മുഖവും കാണുന്ന പ്രകൃത്യുപാസകന്മാരായ കവികളുണ്ട്. എനിക്ക് ആ ദർശനം നഷ്ടപ്പെട്ടിരിക്കുന്നു. ആ ഹൃദയത്തിലും മുഖത്തും

അതിരറ്റ വാത്സല്യവും അന്ധമായ ക്രൂരതയും ഞാൻ കാണുന്നു. പുള്ളി മാനിന്റെ പിറകേ പുലിയേയും വസന്തവായുവിൽ വസൂരിരോഗാണുക്കളേയും ദർശിക്കാതിരിക്കാൻ എനിക്കു സാദ്ധ്യമല്ല. 'കേരളകവി' എന്ന കൃതിയിൽ ഞാൻ ഈ കാഴ്ചപ്പാടു വിവരിച്ചിട്ടുണ്ട്:

പ്രകൃത്യംബതൻ മുഖം നോക്കി
...ഞാനിരിക്കവേ,
നെറ്റിയിൽ കുനിഞ്ഞെന്നെ-
ച്ചുംബനം ചെയ്താളമ്മ,
തെറ്റിയോ ചെറുപനി-
ക്കൊതുകിൻ കടിമാത്രം!
മാതൃവക്ഷസി പച്ച-
ക്കച്ചണിമുലയൊന്നു
പൂതനയുടേതെന്നു
കണ്ടു ഞാൻ നടുങ്ങിപ്പോയ്.
വിട്ടു ഞാനെന്നേക്കുമാ-
യാ മരം, വാനത്തിന്ദു
എട്ടുകാലിതൻ മാറിൽ
മുട്ടപോൽ തൂങ്ങീടവേ."

ഒരു ദർശനം - മനുഷ്യന്റെ വളർച്ച

പ്രകൃതിയുടേയോ ഈശ്വരന്റേയോ നിലപാടുകളിലുള്ള ഈ സ്നേഹ ദ്രോഹങ്ങളുടെ, അഥവാ ബലദൗർബ്ബല്യങ്ങളുടെ, കടുംകെട്ട് അഴിഞ്ഞു കാണത്തക്കവണ്ണം സമഗ്രവും ഉൽക്കൃഷ്ടവുമായ ഒരു ദർശനം ലഭിക്കുവാൻ ഞാനും എന്റെ ചെറിയ നിലയിൽ അഭിലഷിക്കുന്നുണ്ട്. അതു കിട്ടുന്നതു വരെ എന്റെ ആശ മനുഷ്യനിൽ നിക്ഷിപ്തമായിരിക്കുന്നു. ഉദാരരമണീയവും ലാവാമയിയുമായ പൃഥിവിയിലെ ഈ അത്യുൽക്കൃഷ്ട സൃഷ്ടിയിൽ കാണുന്ന, മുൻതുടർച്ചക്കാരായ മറ്റു ജീവികളിൽ പ്രസ്ഫുടമല്ലാത്ത, പ്രതിഭയും, ധർമ്മാ ധർമ്മബോധവും, വിശ്വവിശാലമായ സഹാനുഭൂതിക്കുള്ള കഴിവും ആണ് ഈ ആശയ്ക്കു വഴി നൽകുന്നത്. അധമവികാരങ്ങളെ സംസ്ക്കരിച്ചെടുത്ത് ഇച്ഛാനുരൂപമായ പരിണാമത്തിലൂടെ ഉത്തമമനുഷ്യത്വത്തിലേക്ക്, അതായത് ദേവത്വത്തിലേക്ക്, യുഗയുഗാന്തരത്തിലെങ്കിലും ഉയരുവാൻ സാധാരണ മനുഷ്യനു സാധിക്കുമെന്നാണ് എന്റെ പ്രതീക്ഷ. ഞാൻ അടക്കമുള്ള സാധാരണക്കാരനിൽ അഥവാ 'പച്ചമനുഷ്യനി'ൽ ഉത്തമപ്രവണതകളോടൊപ്പം

അന്തർലീനമായിക്കിടക്കുന്ന പൈശാചികവാസനകളെ മനസ്സിലാക്കുവാനും ഒരുപക്ഷേ, പൊറുക്കുവാനും സാധിക്കുമെന്നല്ലാതെ ഇന്ന് അത്രയധികം വിലപ്പോകുന്ന 'മനുഷ്യത്വം' എന്നൊരത്ഭുതപദത്തിന്റെ പേരിൽ ആ അധമവാസനകളെ നീതിമത്കരിക്കുവാൻ എനിക്കു സാധിക്കുകയില്ല. മനുഷ്യത്വം എന്നതിനു ഞാൻ കൊടുക്കുന്ന അർത്ഥം, പൂർണ്ണതയിലേക്കു വളരാൻ വെമ്പുന്ന ദേവത്വം എന്നാണ്. "പരിണാമം ചില യാദൃച്ഛിക സംഭവങ്ങളുടെ ഘടനാഫലമല്ല, പിന്നെയോ, ജന്തുക്കളിൽ പ്രകടമോ അപ്രകടമോ ആയി പ്രവർത്തിക്കുന്ന ഇച്ഛാശക്തിയുടെ ഉൽക്കടമായ വിജൃംഭണത്തിന്റെ ഫലമാണ്; അന്ധമായ ഒരു വികാസമല്ല, ലക്ഷ്യയുക്തമായ ഒരു ലക്ഷ്യത്തിലേക്കു കൂടുതൽ കൂടുതൽ ഉൽക്കൃഷ്ടങ്ങളായ രൂപപരമ്പരകളിലും ക്രിയാപരിപാടികളിലും കൂടി പ്രവഹിക്കുകയാണ് എന്നു സിദ്ധാന്തിക്കുന്ന ഒരുതരം സർഗ്ഗാത്മകപരിണാമവാദ (Creative Evolution) ത്തോടു വൈലോപ്പിള്ളിയുടെ ഈ (കവിതകളിലൂടെ കാണപ്പെടുന്ന) ദർശനത്തിനു കുറെ അടുപ്പമുണ്ട്" എന്നു കൈനിക്കര കുമാരപിള്ള കുറിച്ചപ്പോൾ ('ശ്രീരേഖ'യുടെ അവതാരിക) അദ്ദേഹം എന്റെ പ്രധാനസത്യം പ്രകാശിപ്പിക്കുകയാണു ചെയ്തത്.

എല്ലാ കലകളുടേയും ശാസ്ത്രങ്ങളുടേയും ചരിത്രകഥകളുടേയും ലക്ഷ്യം, അല്ലെങ്കിൽ ഫലം, മനുഷ്യപരമ്പരയിലൂടെയുള്ള ഈ സാംസ്ക്കാരിക പരിണാമം ത്വരിതപ്പെടുത്തുക എന്നതാണ്. അത് ആശിച്ച മട്ടിൽ ത്വരിതപ്പെടാത്തതിലുള്ള ദുഃഖവും അക്ഷമയുമാണ്.

> ...അതിഹീന മൂഢലോകത്തെപ്പറ്റി
> ക്രുധയാൽ .... (കവിക്കു മറുപടി)
> മർത്ത്യർ .... ഒരുപക്ഷേ,
> പാതിലോകത്തിന്റെ ചാരം ചവിട്ടിയിട്ടാം
> .... മടങ്ങിയെത്തീടുവതാ സ്വന്തമിസ്രേയ്‌ലിൽ
> (കേരളത്തിലെ യഹൂദർ ഇസ്രായേലിലേക്ക്)

ആദിയായ വാക്യങ്ങളിലും 'ഇപ്പോഴും മുന്നേപ്പോലെ?', 'അവസാനത്തെ അശ്രുബിന്ദു' മുതലായ ഗീതകങ്ങളിലും ഞാൻ കൊള്ളിച്ചിട്ടുള്ളത്.

ദേവത്വത്തിന്റെ ആഭരണം

ഇനി അതിവിദൂരഭാവിയിൽ മനുഷ്യൻ ദേവനും ജീവിതം തന്നെ സുന്ദര കലയുമായി പരിണമിച്ചാലും, ഞാനിപ്പോൾ ഇവിടെയിരുന്നു കാണുന്നതു പോലെ, കാക്ക ഓന്തിൻകുഞ്ഞിനെ പിടിച്ചു വൃക്ഷക്കൊമ്പിൽ തല്ലിത്തുലച്ചു വിഴുങ്ങുന്നതും, ആ വൃക്ഷക്കൊമ്പിൽ ദംഷ്ട്രകളിറക്കി ഇത്തിൾക്കണ്ണി

അതിന്റെ ജീവരസം വലിച്ചുകുടിക്കുന്നതും കണ്ട് അവൻ എന്നേക്കാൾ എത്രയോ അധികം തീവ്രമായി ദുഃഖിക്കേണ്ടിവരും. (അത്ര മഹത്തായ സ്നേഹവും സഹാനുഭൂതിയുമാണല്ലോ അവന്റെ ദേവത്വത്തിന്റെ രക്തമാംസങ്ങൾ!) പക്ഷേ, ആ ദുഃഖം അവനു മികച്ച ഒരാഭരണമായിരിക്കും.

(31-1-1956)

■

www.ingramcontent.com/pod-product-compliance
Lightning Source LLC
LaVergne TN
LVHW010323070526
838199LV00065B/5639